மாறாது என்று எதுவுமில்லை
பெஜவாடா வில்சன் நேர்காணல்

# மாறாது என்று எதுவுமில்லை
## பெஜவாடா வில்சன் நேர்காணல்

**பெஜவாடா வில்சன்** (பி. 1966)

கர்நாடக மாநிலம், கோலார் மாவட்டத்தில் பிறந்தவர். அரசியல் அறிவியல் பட்டம் பெற்றவர். மனிதக் கழிவை மனிதரே அகற்றும் முறைக்கு எதிராகத் தொடர்ந்து போராடிவருபவர். கையால் மலம் அள்ளும் முறையை ஒழிக்கச் சட்டம் கொண்டுவரக் காரணமானவர். செயற்பாட்டாளராகிய இவருக்கு 2016ஆம் ஆண்டுக்கான ரமோன் மகசேசே விருது வழங்கப்பட்டது.

**பெருமாள்முருகன்** (பி. 1966)

படைப்புத் துறைகளில் இயங்கிவருபவர். அகராதியியல், பதிப்பியல், மூலபாடவியல் ஆகிய கல்விப்புலத் துறைகளிலும் ஈடுபாடுள்ளவர்.

# மாறாது என்று எதுவுமில்லை

பெஜவாடா வில்சன் நேர்காணல்

நேர்கண்டவர்
**பெருமாள்முருகன்**

காலச்சுவடு பதிப்பகம்

அன்பார்ந்த வாசகருக்கு,

வணக்கம்.

காலச்சுவடு நூலை வாங்கியமைக்கு நன்றி.

நூலின் உள்ளடக்கம், உருவாக்கம், அட்டைப்படம் இன்ன பிற அம்சங்கள் பற்றிய உங்கள் கருத்துகளையும் ஆலோசனைகளையும் காலச்சுவடு வரவேற்கிறது. தகவல், எழுத்து, வாக்கியப் பிழைகள் தென்பட்டால் கட்டாயம் தெரிவித்து உதவுங்கள். நூல் தயாரிப்பில் கடும் குறைபாடு இருப்பின் மாற்றுப் பிரதி உங்களுக்குக் கிடைக்கக் காலச்சுவடு ஏற்பாடு செய்யும்.

மின்னஞ்சல்: **publisher@kalachuvadu.com**

காலச்சுவடு நாகர்கோவில் தலைமையகத்துக்கும் கடிதம் அனுப்பலாம்.

தங்கள்
எஸ்.ஆர். சுந்தரம் (கண்ணன்)
பதிப்பாளர் – நிர்வாக இயக்குநர்

மாறாது என்று எதுவுமில்லை பெஜவாடா வில்சன் நேர்காணல் ◆ ஆசிரியர்: பெருமாள்முருகன் ◆ © பெருமாள்முருகன் ◆ முதல் பதிப்பு: டிசம்பர் 2022 ◆ வெளியீடு: காலச்சுவடு, 669, கே.பி. சாலை, நாகர்கோவில் 629001

காலச்சுவடு பதிப்பக வெளியீடு: 1152

**maaRaatu enRu etuvumillai** Bezwada Wilson Interview ◆ Author: PerumalMurugan ◆ © PerumalMurugan ◆ Language: Tamil ◆ First Edition: December 2022 ◆ Size: Demy 1 x 8 ◆ Paper: 18.6 kg maplitho ◆ Pages: 128

Published by Kalachuvadu, 669, K.P. Road, Nagercoil 629001, India ◆ Phone: 91-4652-278525 ◆ e-mail: publications@kalachuvadu.com ◆ Printed at Mani Offset, Chennai 600077

ISBN: 978-93-5523-301-1

கையால் மலம் அள்ளும்
வேலையைத் தைரியமாகத் துறந்து
பொதுச்சமூகத்தில் இணைந்திருக்கும்
ஆயிரமாயிரம் உள்ளங்களுக்கு
இந்நூல் காணிக்கை

முன்னுரை

# வெளிப்படுத்துதல், விளக்குதல், விவாதித்தல்

பெஜவாடா வில்சன் (1966) அவர்களுடனான இந்த நேர்காணல் நூல் உருவானதே சுவையான கதை.

2015 ஜனவரி மாதம் 12ஆம் நாள் இரவு, வரலாற்றில் இடம்பெறப்போகிறது என்னும் அனுமானம் ஏதுமில்லாமல் 'எழுத்தாளன் பெருமாள்முருகன் செத்துவிட்டான்' என்று முகநூலில் பதிவு போட்டுவிட்டு மாடியறை ஒன்றிற்குள் முடங்கிக் கொண்டேன். வெளியில் நடந்த களேபரங்களை நான் அறியவில்லை. ஊடகர்கள் வீட்டைச் சூழ்ந்திருந்த செய்தியை என் மனைவி என்னிடம் சொல்லவில்லை. என்னைச் சந்திக்க ஒருவரையும் அனுமதிக்கவில்லை. அதில் நண்பர்களும் நலம் விரும்பிகளும் அகப்பட்டுக்கொண்டார்கள். யாராக இருப்பினும் கதவடைப்புத்தான்.

அந்த முடக்க நாள் ஒன்றில், ஆண்கள் இருவரும் பெண் ஒருவரும் ஆகிய மூவரும் வீட்டுக்கு வந்தனர். அவர்கள் தாங்கள் யார் என்பதைச் சொல்லி அறிமுகப்படுத்திக்கொள்ள முயன்றனர். என் மனைவி அதைக் காதுகொடுத்துக் கேட்கவில்லை. 'யாரும் பார்க்க முடியாது' என்று சொல்லிக் கதவடைத்துவிட்டார். சற்று நேரம் யோசித்த அவர்கள் கிளம்பிச் சென்றனர். அரைமணி நேரத்தில் திரும்பி வந்த அவர்களுடன் இன்னொருவரும் இருந்தார்.

நானும் மனைவியும் பணியாற்றிக்கொண்டிருந்த கல்லூரியின் புவியியல் பேராசிரியர் மு.பெ. முத்துசாமிதான் அந்த நான்காமவர். மாற்று அரசியலில் ஈடுபாடு கொண்டவர் பேராசிரியர் முத்துசாமி. ‘நீதிச்சரண்’ என்னும் பெயரில் இயங்கிக்கொண்டிருந்தார். பணி ஓய்வுக்குப் பிறகு ‘இந்தியக் கணசங்கம் கட்சி’ தொடங்கி அதன் நிறுவனத் தலைவராக இருக்கிறார். உடன் பணியாற்றும் பேராசிரியர் என்பதால் கதவுக்கு உள்ளிருந்தே என் மனைவி சில சொற்கள் பேசியுள்ளார். தெரிந்தவர் என்றாலும் பயம். அரசியலோடு தொடர்புடையவர். என் வாயைப் பிடுங்கி ஏதேனும் வெளியில் சொல்லிவிட்டால் அதை எதிர்கொள்ள வேண்டுமே என யோசனை. கடுமையாகச் சொல்லியும் அனுப்ப இயலாது.

‘நண்பர் ஒருவர் தில்லியிலிருந்து வந்திருக்கிறார். பேட்டி யெல்லாம் ஒன்றுமில்லை. அவரைப் பார்த்து இரண்டு வார்த்தை ஆறுதலாகப் பேசத்தான்’ என்னும் செய்தியைப் பேராசிரியர் சொல்லியிருக்கிறார். அப்படியும் கதவு திறக்கவில்லை. ‘முருகனிடம் சொல்லுங்கள். அவர் அனுமதித்தால் பார்க்கிறோம்’ என்று விடாப்பிடியாக நின்றிருக்கிறார். அவர்களைத் தெருவிலேயே நிறுத்திவிட்டு மாடிக்கு வந்து என்னிடம் விஷயத்தைச் சொன்னார் மனைவி. பேராசிரியர் முத்துசாமியை நம்பி ‘சரி, மேலே அனுப்பு’ என்று சொன்னேன். அறைக்குள் அடைந்து கிடந்த எனக்கும் சில முகங்களைக் காண ஆவல் துளிர்த்திருந்தது. ‘அஞ்சு நிமிசம் பேசீட்டு அனுப்பீருங்க. எதையாச்சும் சொல்லிவெக்காதீங்க’ என்னும் நிபந்தனையுடன் அவர்களை மேலே அனுப்பினார். வாயிருக்காமல் எல்லாவற்றையும் வெளிப்படையாகப் பேசிவிடும் இயல்புடையவன் என்பதால் இந்த எச்சரிக்கை.

தில்லியிலிருந்து என்னைப் பார்க்க வந்திருந்தவர் பெஜவாடா வில்சன். அவரைப் பற்றி வாசித்திருக்கிறேன், செயற்பாட்டாளர் என்று அறிந்திருக்கிறேன் என்றாலும் நேரில் பார்த்ததில்லை. தில்லியிலிருந்து விமானத்தில் கோவைக்கு வந்து அங்கிருந்து காரில் நாமக்கல் வந்திருந்தார். அவருடன் ‘பாஷா சிங்’ என்னும் பெண்மணியும் இருந்தார். திருப்பூரைச் சேர்ந்த செயற்பாட்டாளரான தங்கவேல்தான் கோவையிலிருந்து அவர்களை அழைத்துவரும் ஏற்பாடுகளைச் செய்திருந்தார். மாடி வெளியில் நாற்காலிகளைப் போட்டு அமர்ந்ததும் வில்சன் இயல்பாகப் பேசத் தொடங்கினார். நல்ல தமிழ் அவருக்குப் பேச வந்தது. ‘பயப்படாதீங்க. உங்களப் பத்திய செய்திகளப் படிச்சேன். எழுத மாட்டேன்னு ஒருத்தரு அறிவிச்சிருக்காருன்னா எத்தன கஷ்டப்பட்டிருக்கணும்னு நெனச்சன். அந்த மனுசனப் பாக்கணும்னு தோனுச்சு. அதான் பொறப்பட்டு வந்தேன். வேற ஒண்ணுமில்ல’ என்றார்.

ஒருவரைச் சந்திப்பது தொடர்பாக எனக்கிருந்த அச்சத்தைப் புரிந்துகொண்டு பேசினார். தமிழ்நாட்டில் கையால் மலம் அள்ளும் தொழிலாளர்கள் மத்தியில் சில ஆண்டுகள் தாம் வேலை செய்திருப்பதாகச் சொன்னார். ஓரளவு தமிழ் பேச வரும் என்றார். என் விஷயங்களை எல்லாம் தொடர்ந்து பார்த்துவந்ததாகவும் ஓர் எழுத்தாளர் 'இனி எழுத மாட்டேன்' என்று அறிவிப்பதைப் போன்ற துயரம் வேறில்லை என்றும் வருந்தினார். சமகால அரசியல் சூழல், தாம் எதிர்கொண்ட சில பிரச்சினைகள் எனப் பேச்சு போயிற்று. அவர்தான் பேசினார். ஓரிரு சொற்களில் என் பதில் அமைந்தது. அப்போது மௌனமே என் மொழியாக இருந்தது. உபசரிப்பின் பொருட்டும் கண்காணிப்புக்காகவும் இடையிடையே மனைவி வந்து வந்து போனார்.

உடன் வந்திருந்த பாஷா சிங் என்னிடம் பேச ஆவலாக இருந்தார். அவரைப் 'பத்திரிகையாளர்' என்று வில்சன் அறிமுகப்படுத்தினார். அதைக் கேட்டதும் ஓரிரு சொற்களையும் நிறுத்திக்கொண்டேன். என்னிடம் பேட்டி எடுக்கும் எண்ணம் எதுவும் இல்லை என்று பாஷா சிங் சொன்னார். என்றாலும் எனக்கு நம்பிக்கை வரவில்லை. அப்போதைய சூழலில் 'மாதொருபாகன்' எதிர்ப்பாளர்களுக்கு எத்தனை அஞ்சினேனோ அதே அளவு அல்லது அதைவிடவும் அதிகமாக ஊடகர்களுக்கு அஞ்சினேன். என் வாயிலிருந்து ஏதேனும் ஒன்றைப் பிடுங்கிச் செய்தியாக்கிவிட்டால் அதன் வழியாகப் பிரச்சினை இன்னும் தீவிரம் அடையும் என்னும் அச்சம். ஆகவே மிகுந்த எச்சரிக்கையுடன் வில்சன் சொன்னதைக் கேட்டுக்கொண்டிருந்தேன். கிட்டத்தட்ட ஒருமணி நேரம் இருந்தார். பின்னர் கிளம்பிப் போனார்கள். 'அப்பாடா' என்று வழியனுப்பி வைத்தேன். அப்போது எனக்கு ஆறுதல் வார்த்தைகள் தேவைப்படவில்லை. தனிமையில் இருக்கவிடுவதே எனக்கான ஆறுதல் என்னும் நிலைமையில் இருந்தேன்.

என் வாயிலிருந்து எதுவும் வராதபோதும் இந்தச் சந்திப்பைப் பற்றிய எழுத்தாக்கத்தை ஆங்கில இதழ் ஒன்றில் பாஷா சிங் எழுதிவிட்டார். உள்ளூர் ஊடகர்கள் பலரும் 'ஆங்கிலப் பத்திரிகையாளர்களிடம்தான் பேசுவாரா? எங்களை எல்லாம் மதிக்க மாட்டாரா?' என்று கோபித்தனர். எனக்குச் செய்தி அனுப்பினர். நேர்காணல் எதுவும் வழங்கவில்லை, நண்பர் ஒருவருடன் வந்திருந்தவர் சும்மா பார்த்துக்கொண்டிருந்ததை வைத்து எழுதிவிட்டார் எனச் சமாதானம் சொல்ல வேண்டியதாயிற்று. பின்னர் ஒருமுறை வில்சனிடம் என் வருத்தத்தைச் சொன்னபோது அவர் 'இந்தப் பத்திரிகைக்காரங்க புத்தி அப்படித்தான். எதில இருந்தாச்சும் ஒரு விஷயத்தைப் புடிச்சு எழுதீருவாங்க' என்றார்.

பாஷா சிங் சிறந்த பத்திரிகையாளர். மலம் அள்ளும் தொழிலாளர்கள் பற்றி ஆங்கிலத்தில் அவர் எழுதிய நூல் 'தவிர்க்கப்பட்டவர்கள்' என்னும் தலைப்பில் தமிழிலும் வெளியாகியுள்ளது. பின்னர் எனக்கு நன்கு பழக்கமானார். எனினும் அந்தச் சமயத்தில் அவர் கட்டுரை எழுதியது இன்றுவரைக்கும் மிகுந்த வருத்தமான விஷயம்தான்.

இந்தச் சந்திப்புக்குப் பிறகு வில்சனின் நட்பு தொடர்ந்தது. பணியிட மாறுதலில் சென்னைக்குச் சென்றிருந்த சந்தர்ப்பத்தில் சென்னைப் பல்கலைக்கழக நிகழ்வு ஒன்றிற்காக வந்திருந்தவர் என்னைச் சந்திக்கவும் வந்தார். சென்னை, காலச்சுவடு அலுவலகத்தில் உட்கார்ந்து பேசினோம். என் மீதான அவர் பரிவு ஆச்சரியமூட்டியது. நான் மீண்டும் எழுத வேண்டும் என்பதில் மிகுந்த ஆர்வம் காட்டினார். தம் விருந்தினராகத் தில்லிக்கு வர வேண்டும் என அழைப்பு விடுத்தார். குடும்பத்தோடு வந்து சில நாட்கள் தங்கியிருக்க வேண்டும் எனவும் உரிய ஏற்பாடுகளை எல்லாம் தாம் செய்வதாகவும் தெரிவித்தார். அப்போதைய நிலையில் அதில் நான் ஆர்வம் காட்டவில்லை. எங்கும் செல்லும் மனநிலையிலும் இல்லை. அவ்வப்போது செல்பேசியில் அழைத்து நலம் விசாரிப்பார். 2016ஆம் ஆண்டு அவருக்கு ரமோன் மகசேசே விருது வழங்கப்பட்டது. அதற்கு வாழ்த்துத் தெரிவித்தேன். இப்படி அவருக்கும் எனக்கும் இயல்பான பிணைப்பு உருவாயிற்று. பழகப் பழகப் பெரிதும் ஆர்வமூட்டும் ஆளுமையாக எனக்குள் விரிந்தார்.

2016இல் மாதொருபாகன் வழக்கில் தீர்ப்பு வெளியாயிற்று. என்னை எழுதச் சொல்லி நீதிமன்றம் கட்டளையிட்டது. அப்போதும் அழைத்த வில்சன் 'தில்லிக்குக் குடும்பத்தோடு வந்து இளைப்பாறிச் செல்லுங்கள்' என்றார். 2016இல் எனது 'கோழையின் பாடல்கள்' தமிழ் நூலை வெளியிட்டு மீண்டும் எழுதும் அறிவிப்பை முறையாக ஊடகர் முன்னிலையில் அறிவிக்கும் நிகழ்ச்சி தில்லி, தீன்மூர்த்தி பவனில் நடைபெற்றது. அதற்கும் வந்திருந்தார் வில்சன். அழைப்பைப் புதுப்பித்தார். மின்னஞ்சல் வழியாகவும் தகவல் பரிமாற்றம் தொடர்ந்தது. மின்னஞ்சல் அனுப்பினால் பெரும்பாலும் அன்றைக்கே பதில் அனுப்பிவிடுவார். பயணத்திலோ செயற்பாட்டுக் களத்திலோ இருந்தார் என்றால் ஓரிரு நாட்களில் பதில் கொடுத்துவிடுவார். அவருக்கு அன்றாடம் நூற்றுக்கணக்கான மின்னஞ்சல்கள் வரும். எப்படி எனக்கு உடனே பதில் கொடுக்கிறார் என்று நினைப்பேன். 'நீங்க ஒருத்தர்தான் தமிழ்ல எழுதுவீங்க. அதனால கண்டுபுடிக்கறது சுலபம்' என்று ஒருமுறை சொன்னார்.

2017இல் என் தீவிரமான வெளியுலகப் பிரவேசம் ஆரம்பமாயிற்று. அடிக்கடி தில்லி செல்லும் வாய்ப்புகள் வந்தன. நேரம் கிடைக்குமானால் வில்சனைச் சந்திப்பதை வழக்கமாகக் கொண்டேன். நிகழ்ச்சிகளிலான சந்திப்பு சேர்ந்துண்ணும் வகையில் விரிந்தது. அவரிருக்கும் இடத்திற்கு நான் செல்வதுண்டு. நான் தங்கியிருக்கும் விடுதிகளுக்கு அவரும் வருவார். தில்லி என்றால் எனக்கு வில்சன் என்றாயிற்று. எங்களை அறியாமலே அப்படி மன ஒருமை கூடி நட்பு பலப்பட்டது. அப்போதும் வில்சனின் அழைப்பு நிற்கவில்லை. 'குடும்பத்தோடு வாங்க' என்று அழைத்துக் கொண்டேயிருந்தார். நினைத்ததை மென்மையாகத் தொடங்கி விடாப்பிடியாக நின்று சாதிக்கும் அவர் இயல்பு எங்களையும் விடவில்லை. அவர் அன்புக்குக் கட்டுப்பட்டு 2017 ஆகஸ்ட் மாதத்தில் குடும்பத்தோடு தில்லி சென்றோம்.

தில்லிக்குக் குடும்பத்துடன் செல்லும் தகவலைக் காலச்சுவடு கண்ணனிடம் தெரிவித்தேன். 'வில்சன் நல்லாத் தமிழ் பேசுவாரு தானே. அவருகிட்டப் பேட்டி எடுத்துக்கிட்டு வாங்க' என்று சொன்னார். 'சுற்றுலா போனாக்கூட உங்க முதலாளி விட மாட்டாரா' என்று குடும்பத்தார் கேலி செய்தனர். ஆனால் நேர்காணல் செய்ய அது நல்ல வாய்ப்பாகவே எனக்கும் தோன்றியது. ஈராண்டுக்கு மேலான நட்பினால் அவரது செயல்பாடுகள் குறித்து எனக்கு விரிவான அறிதல் இருந்தது. என்னவெல்லாம் கேட்கலாம் என மனத் தயாரிப்புடன் சென்றேன். அவரிடமும் கேட்டுக் கொண்டேன். நேர்காணலுக்குத் தயாராக வேண்டிய அவசியம் அவருக்கு இல்லை. கையால் மலம் அள்ளும் தொழிலாளர்கள், துப்புரவாளர்கள் நடுவில் பல்லாண்டுகள் செயல்பட்டு அனுபவம் வாய்ந்தவர் என்பதால் பேச யோசிக்க வேண்டிய தேவையில்லை. 'வாங்க பேசலாம்' என்று அனுமதி கொடுத்தார்.

தில்லியில் அவரது அலுவலகத்திற்கு அருகிலிருந்த விடுதி ஒன்றில் மூன்று நாட்கள் தங்கினோம். முதல் நாள் தாஜ்மகால் போன்ற சுற்றுலா ஸ்தலங்களைச் சுற்றிப் பார்க்க ஏற்பாடுகள் செய்திருந்தார். இரண்டாம் நாள் நாங்கள் வெளியே செல்லத் தயாராக இருந்தோம். எங்கே போகப்போகிறோம் என்பது குறித்து எங்களுக்கு எந்தத் திட்டமும் இல்லை. எல்லாம் வில்சனின் முடிவுதான். வில்சனை அழைத்தால் செல்பேசி அணைத்து வைக்கப்பட்டிருந்தது. அவர் அலுவலகத்திலும் இல்லை. எங்கு சென்றார் என்னும் தகவல் அலுவலகத்தில் இருந்தவர்களுக்கும் தெரியவில்லை. என்ன செய்வதென்று தெரியாமல் உண்டு உறங்கி அந்நாளைக் கழித்தோம்.

அன்று நள்ளிரவில் அழைத்தார். வருத்தம் தெரிவித்தார். அந்நேரத்தில் நானும் என் மகனும் அவர் அலுவலகத்திற்குச் சென்றோம். தில்லியில் துப்புரவுப் பணியாளர் இருவர் விஷவாயு தாக்கி இறந்துவிட்ட துயரமான செய்தியைச் சொல்லி அவர்கள் வீடுகளுக்குச் சென்று உரிய ஏற்பாடுகளைச் செய்ய வேண்டியிருந்ததால் இப்படியாகிவிட்டது என்று விளக்கம் சொன்னார். அன்று வெளியில் எங்கும் செல்ல முடியவில்லை என்று என் மேல் கோபித்திருந்த என் மகனும் வருந்தினான். அந்நேரத்திலும் அவர் பேசத் தயாராக இருந்தார். துப்புரவுப் பணியாளர்கள் இறப்பிலிருந்து நேர்காணலைத் தொடங்கினேன்.

பதிவு செய்யும் வேலையை மகன் பார்த்துக்கொண்டான். நானும் அவரும் இயல்பாக உரையாடத் தொடங்கினோம். இரவு ஒருமணிக்குத் தொடங்கிய உரையாடல் மூன்று மணி வரைக்கும் சென்றது. எனக்கு மட்டுமல்ல, உடனிருந்த என் மகனுக்கும் விரிந்த பார்வையை அந்த உரையாடல் வழங்கியது. பின்னர் நண்பர் கிருஷ்ணபிரபுவால் கேட்டு எழுதப்பட்டு நேர்காணல் *காலச்சுவடு* (டிசம்பர் 2017) இதழில் வெளியாயிற்று. கவனம் பெற்ற நேர்காணலாக அமைந்தது. உடனே அதன் ஆங்கில மொழிபெயர்ப்பு *The Hindu* நாளிதழில் வெளியாயிற்று. கன்னடம், தெலுங்கு, இந்தி உள்ளிட்ட மொழிகளிலும் நேர்காணல் மொழிபெயர்க்கப்பட்டு முக்கியமான இதழ்களில் வெளியாயின. அவரது நேர்காணல் ஏராளமாக ஆங்கில இதழ்களிலும் பிறமொழி இதழ்களிலும் ஏற்கெனவே வந்திருக்கின்றன. அவரைப் பற்றிய கட்டுரைகளும் மிகுதி. எனினும் நான் செய்த நேர்காணல் ஏதோ வகையில் சிறப்புக்கு உரியதாக அமைந்ததை உணர முடிந்தது. அந்நேர்காணலின் செல்வாக்கு தமிழ்ச் சூழலில் பெரும் தாக்கத்தை உண்டாக்கியது. வாசித்தோர் எதிர்வினைகள் அதைத் தெரிவித்தன. தொடர்ந்து வில்சனிடமும் டி.எம். கிருஷ்ணா வுடனும் பேசிக்கொண்டிருந்ததால் உதித்த எண்ணத்தில் 'நாற மலம் அள்ளலாமா – கைகள் நாற மலம் அள்ளலாமா' என்னும் கீர்த்தனையை எழுதினேன். அதைப் பல்வேறு கச்சேரிகளில் டி.எம். கிருஷ்ணா பாடிக்கொண்டிருக்கிறார்.

சமீபத்தில் வெளியான 'விட்னஸ்' திரைப்படம் வரைக்கும் வில்சனின் நேர்காணல் செல்வாக்கை உணர முடிகிறது. துப்புரவுத் தொழிலாளர்கள் மலத் தொட்டியில் இறங்கி வேலை செய்வதையோ சாக்கடைக்குள் இறங்குவதையோ படம் எடுத்து வெளியிடுவதில் தனக்கு விருப்பமில்லை, அது தேவையில்லை என்பது வில்சனின் கருத்து. 'விட்னஸ்' திரைப்படம் ஓர் இளைஞன் சாக்கடைக்குள் இறங்கி இறப்பதை மையமாகக் கொண்ட சிறந்த படம். ஆனால் அதை அண்மைக் காட்சியாகப்

பதிவு செய்யவில்லை. வில்சனின் முயற்சியால் இயற்றப்பட்ட சட்டத்தை அடிப்படையாகக் கொண்டே இப்படத்தின் உச்சக்கட்டக் காட்சி அமைந்திருக்கிறது. சட்டம் இயற்றப்பட்டாலும் அதன்படி இதுவரைக்கும் ஒருவரும் தண்டிக்கப்படவில்லை என்பதைப் படம் சொல்கிறது. வில்சனிடம் கேட்டபோது 'ஆம், அது மிகவும் சரியானதுதான். சட்டம் இருக்கிறதே தவிர அதனடிப்படையில் எவர் மீதும் நடவடிக்கை இல்லை' என்று சொன்னார். துப்புரவுத் தொழில் தொடர்பாகத் தமிழ்நாட்டு அரசு இன்னும் பலபட நடவடிக்கைகள் மேற்கொள்ள வேண்டும் என்பதை வலியுறுத்த இப்படமும் உந்துகிறது. தொழில்நுட்பத்தை மேம்படுத்தியும் மனிதர்களை இப்பணிகளிலிருந்து அகற்றியும் மனித இறப்புகளைத் தவிர்க்க அரசுக்கு அழுத்தம் கொடுக்க இது நல்ல சந்தர்ப்பம். அந்த அடிப்படையில் வில்சனின் நேர்காணல் நூலாவது மிகவும் பொருத்தமானது.

*காலச்சுவடில்* வெளியானது மாத இதழ் என்னும் நிலையில் விரிவான நேர்காணல். ஆனால் நூலாக்கினால் மிகவும் சிறிதாகவே வரும் என்று தோன்றியது. 'அவரிடம் பேச உங்களுக்கு இன்னும் விஷயங்கள் இருந்தால் அடுத்த முறை தில்லி போகும்போது பேசுங்கள். நூலாக வெளியிடலாம்' என்றார் கண்ணன். பத்திரிகையாளராகவும் பதிப்பாளராகவும் கண்ணனின் எண்ணங்கள், திட்டங்கள் எப்போதுமே வியப்பளிப்பவை. சூழலுக்குத் தேவையான பொருள் சார்ந்தும் கவனம் பெறும் வகையிலும் அவை இருக்கும். வில்சனைச் சந்திக்கவும் பேசவும் எனக்கு விருப்பம் அதிகம். அப்படிப்பட்ட மனிதர் அவர். தன்முனைப்பு சிறிதும் அற்றவர். தம் வாழ்வையும் சிந்தனையையும் எளிமையாக வைத்துக் கொண்டிருப்பவர். அன்பு ததும்பும் உள்ளத்தர். இதுவரைக்கும் என்னை ஈர்த்த ஆளுமைகள் வெகுசிலரே. அவர்களில் வில்சனுக்குத்தான் முதலிடம்.

தில்லி செல்லும் போதெல்லாம் சந்திக்கும் நண்பராகிவிட்ட அவருடன் அடுத்தடுத்த சந்திப்புக்களிலும் சிலவற்றைப் பேசிப் பதிவு செய்தேன். ஆகஸ்ட் 2018இல் 19, 20 ஆகிய இருநாட்கள். 2019 அக்டோபர் 18 ஒருநாள். இவ்வாறு மூன்று முறை அவருடன் பேசிப் பதிவு செய்தவற்றின் எழுத்தாக்கமே இந்நூல்.

○

நேர்காணலுக்குக் கிடைத்த வரவேற்புக்குக் காரணம் வில்சன் பேசிய விஷயங்கள். கையால் மலம் அள்ளும் முறைய ஒழிப்பதற்காகவும் துப்புரவுத் தொழிலாளர் வாழ்வுக்காகவும் நாற்பதாண்டுகளுக்கும் மேலாக அவர் பல போராட்டங்களை நடத்தியிருக்கிறார். அரசோடு நடத்திய சட்டப் போராட்டங்கள் பல.

எனினும் அவையெல்லாம் போதுமான அளவு பொதுத்தளத்திற்கு வந்து சேரவில்லை என்பதையே இந்நேர்காணலுக்குக் கிடைத்த வரவேற்பு உணர்த்தியது. இதுவரைக்கும் நாம் யோசிக்காத தர்க்கங்கள், புதுப்புதுக் கோணங்களை அவர் முன்வைக்கிறார். துப்புரவுத் தொழிலாளர்கள் தொடர்பாகப் பொதுமனதில் குற்ற உணர்வை இது உருவாக்கியது.

இதழில் வந்த நேர்காணலுக்குப் பிறகு பேசிய பலவும் முக்கியமானவை. அவரது அரசியல், சமூகப் பார்வைகளைப் பேசியுள்ளார். தம் தனிப்பட்ட வாழ்வு குறித்துப் பேசியிருக்கிறார். எவ்வளவோ இருக்கின்றன. அவர் பேசியவை நமக்கு அறிவூட்டுகின்றன; புதுவெளிச்சத்தைக் கொடுக்கின்றன; மனசாட்சியை உலுக்குகின்றன. கழிவகற்றும் தொழிலுக்குப் பின்னால் செயல்படும் சாதிய மனோபாவத்தை வெளிப்படையாகவும் நுட்பமாகவும் எடுத்துக் காட்டுகிறார். பல்வேறு கேள்விகளை எழுப்புகிறார். எல்லோரது பொறுப்புணர்வையும் சுட்டிக் காட்டுகிறார். ‘மாறாது என்று எதுவுமில்லை’ என்கிறார் வில்சன். இதை வாசிக்கும் ஒவ்வொருவர் மனதிலும் குறைந்தபட்ச மாற்றமாவது உருவாகும் என்பது என் நம்பிக்கை. இதை நூலாக்கம் செய்வதற்கு இந்த நம்பிக்கையே காரணம்.

இதுவரைக்கும் நான் செய்த நேர்காணல்கள் மிகவும் குறைவு. சுகுமாரன், த. உதயச்சந்திரன், அ. சங்கரசுப்பிரமணியன் ஆகியோரை நேர்காணல் செய்திருக்கிறேன். தேவிபாரதியுடன் இணைந்து பா. செயப்பிரகாசத்திடம் எடுத்தது ஒன்று. அவ்வளவுதான். பெஜவாடா வில்சனிடம் எடுத்த நேர்காணல் தான் மிகவும் விரிவானது. நேர்காணல் என்னும் வகைமை பல வகை இயல்புகளைக் கொண்டது. வெளிப்படுத்துதல், விளக்குதல், விவாதித்தல் ஆகியவை முக்கியமானவை. என் நேர்காணல் நோக்கு ‘வெளிப்படுத்துதல்’ என்பதுதான். குறிப்பிட்ட துறையில் பல்லாண்டுகள் இயங்குபவரிடம் பேசுவதற்கு அந்நோக்குத்தான் சரி என்பது என் முடிவு. ஒரு துறையில் ஆளுமை கொண்டவர்களிடமிருந்து புதிய தகவல்கள், பார்வைகள் ஆகியவற்றை வெளிக்கொண்டு வருவதே நோக்கம்.

யாரை நேர்காண்கிறேனோ அவர்களைப் பேசவிட்டுக் கேட்டுக் கொண்டிருப்பதுதான் என் நேர்காணல் முறை. கேள்விகள் மிகச் சுருக்கமாகவே அமையும். அவர்கள் பேசும்போது எடுத்துக் கொடுக்கச் சில சொற்களைப் பேசுவேன். ஒரு விஷயத்தை விரிவாக அவர்கள் பேசத் தூண்டுவதற்கு என் வார்த்தைகள் உதவும். வில்சனுடனான நேர்காணலிலும் அதையே பின்பற்றியிருக்கிறேன். எனினும் வெளிப்படுத்துதல், விளக்குதல், விவாதித்தல் ஆகிய

மூன்றுக்கும் இதில் இடமிருக்கிறது. விவாதித்தல் மட்டும் குறைவு. இந்த நேர்காணலை முன்வைத்துப் பொதுத்தளத்தில் விவாதிக்க வேண்டிய விஷயங்கள் பல இருக்கின்றன. ஆகவே விவாதம் புறத்தே நிகழும் என்று எதிர்பார்க்கிறேன். அவ்வகையில் பொதுச்சமூகத்திற்கு இந்த நூல் விரிவாகப் போய்ச் சேர வேண்டும் என்று விரும்புகிறேன்.

○

தம் நேரத்தை எனக்காக ஒதுக்கிப் பேசிய நண்பர் பெஜவாடா வில்சனுக்கு நன்றி. கையால் மலம் அள்ளும் வேலையைத் தைரியமாகத் துறந்து வெளியேறிய பணியாளர்களைக் கடவுளுக்கு நிகராகக் கருதுபவர் வில்சன். ஆகவே இந்நூலை அத்தகைய பணியாளர்களுக்குக் காணிக்கை ஆக்குகிறேன். இந்த எண்ணத்தைச் செலுத்தியதற்காகவும் வில்சனுக்கு நன்றி.

முதல் நேர்காணலின்போது உடனிருந்த என் மகன் எ.மு. இளம்பரிதிக்கும் தில்லிப் பயணத்தில் இதற்கு ஒத்துழைத்த என் மனைவி பி. எழிலரசி, மகள் மு. இளம்பிறை ஆகியோருக்கும் நன்றி.

இந்நேர்காணல் எண்ணத்தை விதைத்துச் செயல்படத் தூண்டிய காலச்சுவடு கண்ணனுக்கு நன்றி. பதிவைக் கேட்டு எழுத்தாக்கம் செய்தவர் நண்பர் கிருஷ்ணபிரபு. தொந்தரவு மிகுந்த வேலை என்று நான் கருதுவதை அவர் மிக ஆர்வத்துடன் மேற்கொண்டார். காலச்சுவடு இதழில் வெளியான பகுதியையும் பிறகானவற்றையும் அவர் எழுதி முடித்த பிறகு செம்மை செய்வதே என் வேலையாக இருந்தது. கிருஷ்ணபிரபுவின் அன்புக்கும் உழைப்புக்கும் நன்றி. ‘நான் காலச்சுவடு பொறுப்பாசிரியராக இருக்கும் காலத்தில் வெளியான நேர்காணல்களில் இதுவே மிகவும் சிறப்பானது’ என்று கூறி நெகிழ்ந்தார் சுகுமாரன். ‘இது மாறாது என்று எதுவும் இல்லை’ என்னும் தலைப்பை நேர்காணலுக்குக் கொடுத்தவரும் அவர்தான். வில்சன் தொடர்ந்து இப்போராட்டப் பாதையில் இயங்கிக்கொண்டிருப்பதற்கான கோட்பாட்டுப் பார்வையாக அதுவே இருக்கிறது. அதை நேர்காணலில் தெரிவித்துள்ளார். நேர்காணலுக்குச் சுகுமாரன் கொடுத்த தலைப்பையே சிறு மாற்றத்தோடு நூலுக்கு வைத்தேன். சுகுமாரனுக்கு மிகுந்த நன்றி.

சிறப்பாக நூலாக்கம் செய்திருக்கும் காலச்சுவடு ஊழியர்களுக்கும் நன்றி.

நாமக்கல் **பெருமாள்முருகன்**

*26.11.2022*

**பெமு: இரண்டு நாட்களாக நீங்கள் சுழன்றவாறு இருக்கிறீர்கள். டெல்லியில் இரண்டு துப்புரவுத் தொழிலாளர்கள் ஒரே நாளில் இறந்து விட்டார்கள் அல்லவா?**

**வில்சன்:** *ஆமாம். இப்போது இரண்டு பேர். போன வாரம் மூன்று பேர். இங்கு மட்டுமல்ல, நிறைய இடங்களில் நடந்துகொண்டே தான் இருக்கிறது. உண்மையில் இதெல்லாம் புதிதொன்றும் கிடையாது. இப்போதுதான் இவர்களுடைய வாழ்க்கையும் முக்கியம் என்று பேச ஆரம்பித்திருக்கிறோம். நகரமயமாக்கலை எப்போது தொடங்கினோமோ அப்போதே இது போன்ற மரணங்களும் ஆரம்பித்து விட்டன.*

*'சஃபாய் கர்மச்சாரி அந்தோலன்' இந்திய அரசுக்கும் மாநில அரசுகளுக்கும் எதிராகப் போட்டிருந்த ஒரு வழக்கு பன்னிரண்டு வருடமாக உச்ச நீதிமன்றத்தில் நடந்து கொண்டிருந்தது. 2014 மார்ச் 27இல் அவ்வழக்கில் தீர்ப்பு வந்தது. இந்தியா ஒரு வளர்ந்த நாடு, இந்த மாதிரி சாக்கடை அள்ள யாரும் செல்ல வேண்டியதில்லை, அறிவியல் நிறையவே வளர்ந்துவிட்டது, அதைப் பயன்படுத்திக் கொள்ளலாம், அப்படியே மனிதர்கள் நேரடியாக இதுபோன்ற பணிகளில் ஈடுபடுத்தப்பட்டாலும் முன்னெச்சரிக்கையாகச் சில பாதுகாப்பு நடவடிக்கைகளை மேற்கொள்ள வேண்டும் என்றெல்லாம் அந்தத் தீர்ப்பில் சொல்லி இருந்தார்கள். அதில் சிலவற்றைப் பட்டியலிட்டு இருந்தார்கள். எங்களிடமும் சில பரிந்துரைகளைக் கேட்டிருந்தார்கள். எங்களுக்குத் தெரிந்த சிலவற்றை நாங்களும் சொல்லியிருந்தோம்.*

அதில் குறிப்பிட்டிருந்த பாதுகாப்பு நடவடிக்கை களும் உபகரணங்களும் இன்றுவரை எங்குமே நடைமுறைக்கு வரவில்லை. சாக்கடைத்துளை மிகச் சிறியதாக இருக்கிறதில்லையா? ஒரு மனிதர் உட்சென்று அதில் வேலை செய்வதே சிரமம். அப்படி இருக்க ஆக்சிஜன் சிலிண்டருடன் ஒருவர் அந்தத் துளையினுள்ளே சென்று எப்படி வேலை செய்வது? இப்படிப் பல விஷயங்கள்.

1993இல்தான் முதன்முதலில் 'மனிதர்கள் சாக்கடை அள்ளும் முறை'யைத் தடை செய்தார்கள். அப்போதிருந்து இதுவரை எவ்வளவு பேர் இந்தப் பணிகளில் ஈடுபடுத்தப்பட்டார்கள் என்ற புள்ளி விவரங்களை எடுத்து, அவர்களைச் சேர்ந்தவர்களுக்கு 10 லட்ச ரூபாய் கொடுக்கவேண்டும் என்றும் அந்தத் தீர்ப்பில் சொன்னார்கள். தீர்ப்புச் சொல்லப்பட்ட 2014இல் இருந்து இதுவரை அரசாங்கம் இதுசார்ந்து எந்த நடவடிக்கையும் எடுக்க வில்லை. சமூக நலவிரும்பிகளும் தன்னார்வலர்களும் சேகரித்த தகவலின் அடிப்படையில் 1470 நபர்கள் இந்தப் பணிகளில் ஈடுபடுத்தப்பட்டு உயிரிழந்துள்ளார்கள் என்பதைக் கண்டுபிடித்து ஆவணப்படுத்தினோம்.

நாளிதழ் செய்திகளில் இறப்பு பற்றிய செய்தி வந்துள்ளது. அதில் பலருக்கு அத்தாட்சிகள் இல்லை. முறையான மருத்துவ இறப்புச் சான்றிதழ்கள் இல்லை. மருத்துவ இறப்புச் சான்றிதழில் இதனால்தான் இறந்தார்கள் என்ற சரியான தகவல் எதுவும் இல்லை. இயற்கையாக இறந்தார், திடீர் மரணம் என்பது போன்ற குறிப்புகள்தான் இருக்கின்றன. மேலும், இதுபோன்ற மரணம் நேரும்போது காவல்நிலையம் செல்ல வேண்டும், முதல் தகவல் அறிக்கை பதிவு செய்யவேண்டும் என்பன போன்ற தெளிவும் அவர்களுக்கு இருப்பதில்லை. இத்தகைய காரணங்களால்தான் இழப்பீடு பெற்றுத்தர முடியாமல் போனது. சிலருக்கு மட்டும் அங்கொன்றும் இங்கொன்றுமாகக் கொடுத்தார்கள். அப்படி நிவாரணம் பெற்றவர்களும் மிகக் குறைவு.

முடிந்தமட்டும் இவர்களுக்குப் பெற்றுத் தரலாம் என்றபோது தான் ஒரு விஷயத்தை உணர்ந்தோம். நாம் இப்போது செய்வது என்ன? ஒருவர் இறக்கும்வரை காத்திருந்து அவர் குடும்பத்திற்குப் பத்து லட்சம் பெற்றுத் தர முயல்கிறோம். சாவை எண்ண ஆரம்பித்துவிட்டோம். அதாவது இந்தப் பணியில் ஈடுபட்டு இறக்க நேரிடும் நபர்களின் மரணங்களை ஒன்று, இரண்டு, மூன்று என எண்ண ஆரம்பித்துவிட்டோம். இது எப்படிச் சரியாகும்? மரணத்தை ஏன் தடுத்து நிறுத்தக் கூடாது என்னும் எண்ணம் தோன்றியது. அதன் அடிப்படையில் 'எங்களைக் கொலை

செய்வதை நிறுத்துங்கள்' என்று முழக்கமிடத் தொடங்கினோம். நாங்கள் தோட்டிகள் அல்ல. நீங்கள்தான் எங்களைத் தோட்டிகள் ஆக்கினீர்கள். யாரும் தோட்டிகள் ஆகக் கூடாது என்றுதான் இப்போது வரைக்கும் கஷ்டப்படுகிறோம்.

'இஷ்டப்பட்டுத்தான் இந்த வேலைக்கு வந்தோம்னு' சிலர் சொல்றதா ஒரு கருத்தை முன்வைக்கிறார்கள். வழியில் செல்லும் ஒருவர் இதுபோன்று கேட்க அவர்கள் ஏதோ ஒரு பதிலைச் சொல்கிறார்கள். 'இந்த வேலைய விட்டுட்டு வந்துடறோம். எங்களுக்கு வேற ஏதாச்சும் வேலை கொடுங்க'ன்னு இவங்களால சொல்ல முடியல. 'என்னப்பா செய்யறது. குடும்பத்தக் காப்பாத்தணும். கொழந்த குட்டிக்குச் சோறு போடணும்'னு ஏதோ ஒன்னச் சொல்லிடறாங்க. இது போன்ற பதில்களை வைத்துக்கொண்டு பெரிய பெரிய கட்டுரைகளை எழுதுகிறார்கள். ஒரு மனிதனின் மலத்தைச் சக மனிதன் அள்ளுவது உலகத்தில் யாருக்கும் சந்தோஷத்தைத் தரக்கூடியதாக இருக்க முடியாது.

அதே போல யாரும் சாகணும்னும் இந்த வேலைக்குப் போறது இல்ல. குறுகிய நேரத்தில் வேலையை முடித்துவிட்டு வந்துவிடலாம் என்றுதான் செல்கிறார்கள். மரணத்தைக் கண்டு பயப்படுபவர்களை மேலாளர்கள் தைரியம் கொடுத்து இந்த வேலையில் இறங்க வைக்கிறார்கள். அரசியல் நோய்மை இத்துறையில் அறிவியல் தொழில்நுட்பங்கள் நுழையத் தடையாக இருக்கின்றது. அரசியல் முடிவுகளும் திட்ட முடிவுகளும்தான் இதைச் சாத்தியமாக்கும். திட்டமுடிவுகளை எடுக்கும் அதிகாரம் அரசியல் நிபுணர்களுக்குத்தானே இருக்கிறது. ஆகவே இதுபோன்ற மரணங்களை அரசாங்கத்தின் கொலைகள் என்று நாங்கள் சொல்லி வருகிறோம். அதைத் தடுக்க வேண்டும் என்பதே எங்களுடைய நோக்கம்.

**பெமு: ஒரு மாதத்தில் ஒன்பது தொழிலாளர்கள் இறந்துவிட்டதாகச் சொன்னீர்கள். எல்லோருமே மலம் அள்ளுபவர்களா?**

மலக்குழி சுத்தம் செய்தல், பாதாளச் சாக்கடை வேலை இரண்டையும் சேர்த்துத்தான் இந்த எண்ணிக்கை. டெல்லி மெட்ரோ சார்ந்தும் தனியார் கட்டிடங்கள் சார்ந்தும் இரண்டு விதமாகவும் இந்த மரணங்கள் நிகழ்கின்றன. இப்போது எல்லாவற்றையுமே ஒப்பந்ததாரர்களிடம் கொடுத்துவிட்டார்கள். பிரச்சினை என்று வரும்போது, 'நாங்கள் ஒப்பந்த அடிப்படையில்தான் வேலையைக் கொடுத்தோம். எங்களுக்கும் இதற்கும் சம்பந்தமில்லை' என்று சொல்கிறார்கள். ஆனால் அப்படிச் சொல்ல முடியாது. ஏனெனில்

மாறாது என்று எதுவுமில்லை

ஆரம்பத் துப்புரவுப் பணிகள் டெல்லி ஜல் போர்டிடம்தான் இருக்கும். இல்லையேல் முன்சிபாலிட்டியிடம் இருக்கும். அவர்கள்தான் இதற்கான பொறுப்பை ஏற்க வேண்டும்.

**பெமு: துப்புரவுத் தொழிலாளர்கள் சார்ந்து ஏதாவது செய்யவேண்டும், அவர்களுக்குத் துணை நிற்க வேண்டும் என்ற எண்ணம் உங்களுக்கு எப்போது வந்தது?**

துல்லியமாக அந்த நாளை நினைவுகூர்வது கடினம். இந்தச் சாதியில்தான் நானும் பிறந்தேன் என்னும் உணர்வு எனக்கு ஏற்படக் கொஞ்ச நாள் ஆனது. அம்மா, அப்பா, சகோதரன் எல்லோரும் இதே வேலையைத்தான் செய்தார்கள். வீடு அமைந்திருந்த இடமும் இதுபோன்றவர்களுக்கு நெருக்கமானதுதான். ஏறக்குறைய 118 வீடுகள் அங்கிருந்தன. எல்லோருமே இதே வேலையைத்தான் செய்து வந்தார்கள். கார்ப்பரேஷன், முனிசிபாலிட்டி, தங்கச்சுரங்கம்னு எங்கே போனாலும் இவர்களுக்குத் துப்புரவுப் பணிகள்தான் வழங்கப்பட்டன. வேறு எந்த வேலைகளும் இல்லை. கக்கூஸ், கால்வாய், சாக்கடைன்னு பிரிவுகள் இருந்தாலும் எல்லோரும் துப்புரவுப் பணிகளைத்தான் செய்து வந்தார்கள். வெளியில் அதிகமாகப் பேசிக்கொள்ளவில்லை என்றாலும் எல்லோருக்குமே இதெல்லாம் தெரியும்.

இந்த வேலைகளை நானும் செய்யறதுல அம்மா, அப்பாவுக்கு விருப்பமில்லை. அதனால் பள்ளிக்கு அனுப்பினார்கள். இந்த மாதிரி வெளியில் போனபோது, இந்தச் சமூகத்துல இருந்து வரோம்னு சொல்ல முடியாம வெட்கப்பட்டுத்தான் வளர்ந்தேன். மறைச்சிட்டுத்தான் இருந்தேன். விளையாடும் போதெல்லாம் ‘தோட்டி’ன்னு சொல்லிச் சிரிப்பார்கள். நானும் அம்மாவிடம் சென்று ‘இவங்க ஏன் தோட்டின்னு சொல்லிச் சிரிக்கிறாங்க’ன்னு கேட்பேன். ‘ஒன்னும் இல்ல. நம்ம வீட்டுப் பக்கத்துல சின்னத் தொட்டி இருக்குது பாரு. அதனாலதான் அப்படிச் சொல்றாங்க’ன்னு சொல்லுவாங்க. ‘இந்தச் சின்னப் பையனுக்கு இதையெல்லாம் எதுக்குச் சொல்லனும்’ன்னுதான் அம்மாவும் நெனைச்சி இருப்பாங்க. சாதிங்கறது ஒருத்தர் நெனைச்சிக்கிட்டு ஒடைக்கிற விஷயமாக இங்கில்லை. எல்லோருமே சேர்ந்து செய்யவேண்டிய வேலை அது.

பிறகு நானும் ஹாஸ்டலுக்குப் போயிட்டுத் திரும்பி வந்ததும் இவர்களுக்குப் படிப்பு சொல்லிக் கொடுத்தா நல்லதுதானேன்னு தோணுச்சி. அதற்கேற்றாற் போல 1980களில் அறிவொளி இயக்கம் இந்தியாவில் நடந்துட்டு இருந்த சூழல் அது. *‘Each one teach ten’*

போன்ற முன்னெடுப்புகள் நடந்துகொண்டிருந்தன. ஆகவே நாமும் ஏதாச்சும் கொஞ்சம் செய்யலாம்னு தோணுச்சி. அரசுக்கும் நமக்கும் சம்பந்தம் இல்லை. அதைப் பற்றி மேலதிகமாக எதுவும் நமக்குத் தெரியவும் தெரியாது. நாளிதழ்களில் படித்துவிட்டு நாமும் இதைச் செய்யலாம் என்றுதான் நினைத்தேன். பெண்கள் எல்லோரும் என்னிடம் வந்து கேட்டார்கள். சரி, நாமளும்தான் தெலுங்கு படிச்சிருக்கோம். அதையே கற்றுக்கொடுக்கலாம் என்று ஆரம்பித்தேன்.

தொடர்ந்து நிறையப் பேர் வர ஆரம்பித்தார்கள். கிண்டலும் கேலியும் கூடவே வந்தது. வயதானவர்கள் படித்து என்ன ஆகப் போகிறது என்றெல்லாம் பேச்சு. நான் எதையும் கண்டுகொள்ள வில்லை. ஆர்வம் இருப்பவர்களுக்குத் தொடர்ந்து சொல்லிக் கொடுத்துட்டு இருந்தேன். 'எங்களோட பசங்களுக்கும் கொஞ்சம் சொல்லிக் கொடுங்களேன்'ன்னு அவர்கள் கேட்டார்கள். அவர்களுக்கும் வகுப்புகள் எடுத்தேன். ஆனால் பிள்ளைகள் என்னிடம் 'நீங்க சொல்லிக் கொடுத்தாலும் பிரயோஜனம் இல்ல. வீட்டில் நிம்மதியே இல்ல. எப்பவும் அடிதடி சண்டைதான் நடக்குது' என்று சொன்னார்கள். அதனால் வீட்டில் அப்பா அம்மா கூட உட்கார்ந்து பேசணும். வீட்டில் அமைதி இருந்தால் நிம்மதியா உட்கார்ந்து பேசலாம். தனியா டியூஷன் தேவையில்லை.

இதைப் பற்றி நானும் அவர்களிடம் சென்று பேசிப் பார்த்தேன். ஆண்கள் எல்லோரும் குடித்துவிட்டு வருவதுதான் அமைதியின்மைக்குக் காரணமாக இருக்கிறது என்பதைக் கண்டுபிடித்தேன். காலை ஒன்பது மணிக்கே குடிக்க ஆரம்பித்து விடுகிறார்கள். மதியம் கத்திக் கூச்சல் போட்டுக் கீழே விழுபவர்கள் மாலை ஆறு மணிக்கு மீண்டும் குடிக்க ஆரம்பிக்கிறார்கள். அதே கூச்சலை இரவு தூங்கச் செல்லும் வரை போடுகிறார்கள். இதுதான் தினமும் நடக்கும். இதுதான் பிரச்சினை என்று தெரிந்த பிறகு ஆண்களைக் கூப்பிட்டுப் பேசலாம் என்று நினைத்தேன்.

எனக்குள் எப்போதுமே ஒரு நம்பிக்கை உண்டு. 'இது மாறாது என்று எதுவுமே இல்லை' என்பதுதான் அது. எல்லாமே மாறும். இன்று இல்லையேல் நாளை. நாளை இல்லையேல் அதற்கு அடுத்த நாள். மாற்றம் என்பதுதான் சமூகத்தின் முறை. அப்படித்தான் குடிக்கும் ஆண்களை உட்கார வைத்துப் பேசலாம் என்று முடிவு செய்தேன். எல்லோரும் சிரிக்க ஆரம்பித்துவிட்டார்கள். கல்லூரிக்குச் செல்லாமல், இதுபோலக் குடிகாரர்களை வைத்துக் கொண்டு பேசினால் எப்படிப் படிப்பாய் என்று சிரிக்க ஆரம்பித்துவிட்டார்கள். இது போன்ற விஷயங்களில் அதிக

ஈடுபாடு காட்டியதால் படிப்பின் மீது எனக்குக் கொஞ்சம் கொஞ்சமாக விருப்பம் இல்லாமல் ஆகிவிட்டது.

தான் ஏன் குடிக்க ஆரம்பித்தோம் என்பதற்கான சுவாரசிய மான கதைகளை அவர்கள் சொல்வார்கள். எல்லோருக்குமே ஒரு கதை இருக்கும். சிலருக்கு நான்கைந்து கதைகள்கூட இருக்கும். அவர்கள் சொல்லும் கதைகளும் காரணங்களும் ஏற்றுக் கொள்ளும்படிதான் இருக்கும். ஆகவே அவர்களைத் தவறாகக் குற்றவாளிகள் போலப் பார்க்கத் தோன்றவில்லை. உண்மையாகவும் நேர்மையாகவும் என்னிடம் விஷயங்களை அவர்கள் பகிர்ந்து கொள்கிறார்கள். ஒருவருக்குப் பணப் பிரச்சினை இருக்கும். ஒருவருக்கு வீட்டில் ஒன்றுமே இருக்காது. ஒருவருக்குத் தீர்க்க முடியாத சிக்கல் இருக்கும். ஆனால் அவர்கள் தங்களுடைய பிரச்சினை இதுதான் என்பதைத் தெளிவாகச் சொல்வார்கள். எப்போது கேட்டாலும் தெளிவாகச் சொல்வார்கள். இன்றைக்கு ஒன்றும் நாளைக்கு ஒன்றும் எனப் பேச மாட்டார்கள்.

அவர்களுடைய பிரச்சினைகளை உணர்ந்ததால் மன நல ஆலோசகர் இருந்தால் அவர்களைக் கொண்டுவருதல், குடி நிறுத்துதல் சம்பந்தமாக யாரையாவது கொண்டு வந்து பேச வைத்தல் என்று இயங்கினேன். கிரிக்கெட், கால்பந்து போன்றவற்றை விளையாடச் செய்தல், சுற்றுலாவுக்கு அழைத்துச் செல்லுதல் போன்று அவர்களை ஈடுபடுத்தினேன். ஒருமுறை பிக்னிக் சென்றபோது ஒருவர் சமைக்கலாம் என்றார். ஆகவே அரிசி, காய்கறின்னு எடுத்துட்டுப் போனோம். இன்னும் இருவர் நாங்கள் சென்று 'தண்ணி கொண்டுட்டு வரோம்' என்றார்கள். எனக்கு அது புரியவில்லை. நானும் சரியென்று சொல்லிவிட்டேன். சாராயம் கொண்டுட்டு வந்து எல்லோரும் குடிச்சிட்டாங்க. எனக்கு ஒன்றுமே புரியவில்லை. எனக்கு ரொம்பவும் கஷ்டம் ஆகிவிட்டது. நான் சோகமாக அமர்ந்துகொண்டு 'எனக்கு மோசம் பண்ணக் கூடாது. வீட்டில் இருந்தாத்தான் இந்த மாதிரி பிரச்சினைன்னு சொல்லி வெளிய பேசலாம்னு வந்தோம். இங்க வந்துட்டு இந்த மாதிரி பண்றீங்களே'ன்னு கேட்டுட்டேன். சூழலில் இருந்து வெளியில் வரவேண்டித்தான் சுற்றுலாவுக்கு வந்ததே. இவர்களோ இப்படி இருக்கிறார்களே என்று சங்கடமாகிவிட்டது.

உனக்குப் புரியாது தம்பி, நாங்க செய்யிற வேலை அந்த மாதிரின்னு அவங்க சொன்னாங்க. இந்த மாதிரி வேலை செய்தால் எல்லோரும் குடித்துத்தான் ஆகணும் என்றார்கள். அப்படியெல்லாம் இல்லை, குடிக்காமல் நிறையப் பேர் இந்த வேலையைச் செய்கிறார்கள். பெண்களில் நிறையப் பேர் இந்த

வேலையில் ஈடுபடுகிறார்கள். அவர்கள் குடிப்பதில்லையே என்று கேட்டேன். அதற்கு 'அவர்கள் இரவில் குடிப்பார்கள். நாங்கள் பகலில் குடிப்போம். எங்களுக்குள்ள அவ்வளவுதான் வித்தியாசம்' என்று சொன்னார்கள். உண்மையில் அவர்கள் சொல்லியது போல ஓரிருவர்தான் குடிக்காமல் இருந்தார்கள். 'நீ எங்களுக்காக எவ்வளவோ நல்லது செய்யணும்னு பாக்குறியே. ஆனா நாங்க குடிச்சிட்டோமே' என்று சங்கடப்பட்டு ஒருவர் பகிர்ந்தார். எனக்கு அப்போதுதான் கேட்கத் தோன்றியது. 'இந்த வேலையைச் செய்யணும்னுதானே குடிக்கிறீங்க. வேற வேலை ஏதாச்சும் கெடைச்சாக் குடிய நிறுத்திடுவீங்களா?' என்றேன். 'அதை உறுதியாச் சொல்ல முடியலப்பா, நீ வந்து வேலை செய்யறவங்கள பாரு' என்றார். நானும் வரேன்னு சொல்லி இருந்தேன்.

இவர்களுடன் உரையாடும்போது என்னுடைய இலக்கு ஓரிடத்திலிருந்து மற்றொரு இடத்திற்கு நகர்ந்துகொண்டே இருக்கிறது. படிக்காததால்தான் இப்படி, பிள்ளைகளுக்காகத்தான் இப்படி, குடியால்தான் இப்படி என்று நகர்ந்துகொண்டே இருக்கவும் எனக்கு என்ன செய்வதென்றே தெரியவில்லை. மக்கள் மீது எனக்கு நம்பிக்கை இருக்கிறது. அவர்கள் என்னை ஏமாற்றுவார்கள் என்று என்னால் எப்போதுமே நினைக்க முடியாது. என்னை யாரும் மோசம் செய்ய மாட்டார்கள். அப்படியே ஏதாவது நடந்தாலும் அது சூழலின் நெருக்குதலால் நடந்திருக்கும்.

நானும் வேலை செய்வதை நேரடியாகப் பார்க்க நினைத்து அவரைச் சென்று மறுநாள் பார்த்தேன். அவர் இப்போ அப்போன்னு சொன்னாரே தவிரக் கூட்டிச் சென்று காட்டவே இல்லை. 'நீங்கதானே அழைச்சிட்டுப் போறேன்னு சொன்னீங்க. ஏன் கூட்டிச் சென்று காட்டமாட்டேன் என்கிறீர்கள்' என்று கேட்டேன். 'இதுல என்ன காமிக்கிறதுக்கு இருக்கு. எல்லோருக்குமே தெரியுமே. அங்கங்க வேலை செய்துட்டுத்தானே இருக்காங்க. நீயே போயிப் பாரு' என்றார். 'இல்லை, நானும் உங்க கூடவே வரேன்' என்று அவர்கள் செல்லும் டிராக்டரில் நானும் ஏறிக்கொண்டேன்.

அதுலயே ஒரு டேங்க் இருக்கும். இவர்கள் பக்கெட்டில் மலத்தை அள்ளிச் சேகரித்து ஊருக்கு வெளியில் கொட்டுவார்கள். சில நிறுவனங்கள் நிலத்தில் எருவாகப் பயன்படுத்த அதை யாருக்காவது விற்றுவிடுவார்கள். எங்கெங்கோ சுற்றிச் சென்றதால் நாங்கள் செல்வதற்கு மதியம் ஆகிவிட்டது. டிரைவர் ஓரிடத்தில் வண்டியை நிறுத்துவார். தோட்டிகள் சென்று கழிவுகளைக் கொண்டு வரவேண்டும். ஓட்டுநர் அவர்களுடன் செல்ல

மாட்டார். கம்பெனியில் இருந்து வாகனத்தை வெளியில் கொண்டு வருவார். மிக மெதுவாகத்தான் அந்த வண்டி செல்லும். ஆகவே, இவர்கள்தான் அதனை ஓட்டிச் செல்வார்கள். மாட்டு வண்டியை விட மிக மெதுவாகச் செல்லும் என்பதால் எல்லோருமே இந்த வண்டியைச் செலுத்தலாம் என்றார்கள்.

இவர் சென்று கழிவைச் சேகரிக்கப் பக்கெட்டை உள்ளே விட்டார். அது கைதவறி விழுந்துவிட்டது. பக்கெட் இல்லை யென்றால் வேலை செய்ய முடியாது இல்லையா? இவரோ கையை மடித்துப் பக்கெட்டை எடுக்க உள்ளே விடுகிறார். நான் பார்த்துக்கொண்டே இருக்கிறேன். நடப்பது எதுவும் எனக்குப் புரியவில்லை. 'என்னடா பண்ணிட்ட' என்று பின்னால் செல்பவர் திட்டிக்கொண்டே அவரை நெருங்குகிறார். பக்கெட் கைக்கு அகப்படாததால் அவர் உள்ளே இறங்கிவிட்டார். அதனுள் இறங்கி எடுக்க ஆரம்பித்துவிட்டார். பிள்ளைகள் சேற்றில் விளையாடுவது போல இதென்ன இவர் முழுவதுமாக உள்ளே இறங்கிவிட்டார் என்று நான் பார்க்கிறேன். அருகில் சென்று 'இதென்ன வேலை, நீ என்ன செய்கிறாய், மேலே வா' என்று நான் கத்துகிறேன். அவரோ 'வேலை முடியட்டும்பா ... நாம அப்புறமா பேசிக்க லாம். அதுவரைக்கும் நீ தூரப்போய் நில்லு' என்று சொல்கிறார்.

அவருக்கோ பக்கெட் இல்லாமல் எப்படி வேலை செய்வது என்ற பதற்றம். மேலிருந்து ஒருவர் 'பக்கெட் இல்லன்னா உனக்கு ஆப்சென்ட் போட்டு விடுவார்கள்' என்று உரத்த குரலில் சொல்லுகிறார். இதை நீங்க செய்யக் கூடாதுன்னு அவர்கள் கையைச் சென்று பிடித்துக்கொண்டேன். 'கையெல்லாம் அசிங்கமா இருக்கு நீ தூரமா போயிடுப்பா' என்று அவர்கள் சொல்கிறார்கள். அவர்கள் எல்லோரும் என்னைவிட வயதானவர்கள். எனக்குப் பதினெட்டு, பத்தொன்பது வயதிருந்தால் அதிகம். ஆகவே என்னால் அவர்களை ஒன்றும் செய்ய இயலவில்லை. விலகிச் செல் என்று அவர்கள் என்னைத் தள்ளி விட்டார்கள். எனக்கு என்ன செய்வதென்று புரியாமல் நின்றேன்.

நான் அழுதுகொண்டே அவர்களிடம் மன்றாடினேன். இதையெல்லாம் நீங்கள் செய்யக் கூடாது. நீங்கள் மனிதர்கள் இல்லையா? இது நியாயமே இல்லை என்று சொல்லிக்கொண்டே இருக்கிறேன். அவர்களோ என்னை அப்புறப்படுத்துவதிலேயே குறியாக இருந்தார்கள். உண்மையில் அவர்கள் தள்ளியதால் நான் விலகவில்லை. என்னால் அங்கு நிற்கவே முடியவில்லை. கீழே விழுந்துட்டுச் சத்தமா அழ ஆரம்பிச்சிட்டேன். 'அய்யோ. இங்க பாருங்க என்ன நடக்குது'ன்னு கத்த ஆரம்பிச்சிட்டேன்.

மலக் கழிவுகளை வெளியேற்றும் பெண் ஒருவர் நெருங்கி வந்து என்னை விசாரித்தார். 'எல்லாரும் இங்க வந்து வேடிக்கை பார்க்கப் போறாங்க. இப்படியெல்லாம் நடந்துக்கக் கூடாது'ன்னு சொன்னார். 'அவங்க இந்த வேலையச் செய்ய மாட்டேன்னு சொல்லிட்டா நான் எழுந்துக்குறேன்' என்று பிடிவாதம் பிடித்தேன். அந்த அம்மா பேரு பிச்சம்மா. அப்பவே ரொம்ப வயசானவங்க. அவங்க பாவம் என்ன செய்வார்கள். அவரும் சமாதானப்படுத்த முயல்கிறார். என்னுடைய பிடிவாதம் அதிகமாகிக்கொண்டே போகிறது. எல்லோரும் திட்ட ஆரம்பித்துவிட்டார்கள்.

'சத்தியமா இந்த மாதிரி வேலைய மனுஷங்கள யாரும் செய்ய வெக்க மாட்டாங்கோ . . . இவங்களுக்கு என்ன புத்தியில்லையா? நீ என்ன சொல்றது'ன்னு நானோ அழுகிறேன். 'ஏய் . . . நிறுத்துடா . . .' என்று சத்தமிட்டு வசைச்சொற்களால் அவர் திட்டுகிறார். இந்தக் கூச்சலைக் கேட்டு அந்த வேலையைச் செய்துகொண்டிருந்தவர்கள் அமைதியாகிவிட்டார்கள். எனக்கோ சந்தோஷமாகிவிட்டது. உடனே அவரிடம் நெருங்கி 'அவங்ககிட்டச் சொல்லுங்க. அதிலிருந்து வெளியில் வரச் சொல்லுங்க' என்று கெஞ்சினேன்.

'ஏ . . . வெளிய வாடா . . .' என்றார்கள். 'வெளிய வந்தா எப்படி'ன்னு அவர் கேட்கிறார். 'பையன் அழுவுறான் . . . தப்புன்னு சொல்றாரு . . . நாம இதைச் செய்யக் கூடாது. இது நல்லதில்லன்னு சொல்றான். உண்மைதானே. வெளிய வா . . .' என்று சொல்கிறார்கள். 'இன்னைக்கு வந்தாலும் நாளைக்குச் செய்யனும்தானே . . .' என்கிறார் அவர். 'மொதல்ல இப்போ வெளிய வா . . .' என்று அந்தப் பெண் அதட்டிச் சொல்லவும் அவர்கள் வெளியில் வந்துவிட்டார்கள்.

இப்போ அந்த அம்மாகிட்ட 'நாளைக்குக் கூட இந்த வேலைய அவங்க செய்ய மாட்டாங்கன்னு எனக்குச் சத்தியம் செய்யுங்க. அப்போதான் நான் எழுந்துப்பேன்'ன்னு சொன்னேன். அவங்க பாவம் எங்களுக்குள்ள வந்து மாட்டிக்கிட்டாங்க. 'எப்பா எனக்குக்கூட அழுகைதான் வருதுப்பா . . . என் கையி, என் வாழ்க்கை எப்படி ஆயிருச்சு . . .'ன்னு சொல்லிப் புலம்புகிறார். 'இதுங்க நாயிங்க, நம்ப சொன்னா கேட்க மாட்டாங்க'ன்னு அவங்களத் திட்ட ஆரம்பிச்சாங்க.

இவங்கதான் சரியான ஆளுன்னு நான் அவங்களப் புடிச்சிக்கிட்டேன். என்னதான்னு தெரியலிங்க. அவங்கதான் இவன் சொல்றது சரின்னு சொன்னாங்க. அதுக்கு முன்னாடி எங்க வீட்டுலயும் சரி, வெளியிலயும் சரி, நான் தப்பு செய்யிறதாத்தான்

சொன்னாங்க. இவங்கதான் முதன்முதலில் நான் செய்யிறதச் சரின்னு சொல்றாங்க. மத்தவங்க எல்லோரும் உனக்குப் படிப்பு வரல, படிக்கத் தெரியாது, படிக்க விருப்பம் இல்ல, மடையான்னு கெட்ட வார்த்தைல ஏதேதோ சொல்லித் திட்டறாங்கோ. ஆனா இவங்க நான் சொல்றது சரின்னு சொல்றாங்க. அவங்களத் திடமாப் புடிச்சிட்டு அழ ஆரம்பிச்சிட்டேன். 'நீ அழுவாதப்பா. நீ செய்யறது நல்லதுதா'ன்னு என்னைச் சமாதானப்படுத்தினாங்க. 'யாருக்கும் இதைச் செய்யத் தைரியம் இல்ல. எல்லாருமே சாப்பாடு சாப்படுன்னுதான் அலையிறாங்க. என்ன சாப்பாடு? இந்த வேலையச் செய்திட்டுச் சாப்பாடுகூடச் சாப்பிட முடியல. வெத்தலையப் போட்டுத் துப்பிக்கிட்டு அப்படி இப்படின்னு காலத்தைத் தள்ளிட்டு இருக்கோம். இது ஒரு வாழ்க்கையா?' அப்படின்னு ஒரு பெரிய வெளிச்சத்தைக் காட்டும்படி அவர் பேசினார்.

'நீதான் எங்கூட நல்லது செய்ய வரணும்' என்று அவரைப் பிடித்துக்கொண்டேன். மத்த ரெண்டு பேரும்கூட 'எங்களுக்கு மட்டும் இதைச் செய்ய ஆசையா'ன்னு பேச ஆரம்பிச்சாங்க. எனக்கு டீ வாங்கிக் கொடுத்தாங்க. எனக்கும் குடிக்கணும் போல இருக்குது, ஆனா ஒரு துளிகூட உள்ள போகல. அங்கிருந்து நாங்க கௌம்பிட்டோம். அதன்பிறகு இரண்டு மணி நேரத்துக்கு ஒருவார்த்தைகூட நான் பேசல. இந்தப் பையனுக்கு ஏதோ ஆயிடுச்சி, வீடு வரைக்கும் கொண்டுபோய் விட்டுடுங்கன்னு பேசிக்கிட்டாங்க. வீட்டுக்குப் போயும் ஒரு வார்த்தை பேச முடியல. அப்புறம் அப்பா, அம்மா, அண்ணா, உறவினர்கள் எல்லோரிடமும் இதுபோல நடக்கறது உங்களுக்குத் தெரியுமான்னு கேக்குறேன். இதென்ன நீ புதுசாக் கண்டுபுடிச்ச. ஏற்கனவே நடக்கறதுதானே என்றுதான் சொல்கிறார்கள்.

**பெமு: அதுவரைக்கும் இதுபோல வேலை செய்யறத உங்களுக்குத் தெரியாம எப்படி வச்சிருந்தாங்க?**

கொஞ்சம் போலத் தெரியும்தான். ஆனா நேரடியா நான் பார்த்ததில்லை. நான் சின்ன வயசா இருந்தபோதே 1976இலேயே அப்பா ஓய்வு பெற்றுவிட்டார். அம்மாவும் வேலைக்குப் போறது இல்ல. அண்ணன் டிராக்டர் ஓட்டுறதாச் சொன்னாரு. ஆனா இந்த வேலைதான் செய்தாரு. டிரைவர்ன்னு பொய் சொல்லித்தான் கல்யாணமும் செய்துக்கிட்டாரு. தங்கச் சுரங்கத்துல வேற வேலை செய்யறதாச் சொல்லி இருந்தாரு. ஏதோ பெரிய வேலைன்னுதான் அவங்களும் நெனைச்சிக்கிட்டாங்க. இங்க வந்த பிறகு ஒரு நாள் அண்ணி 'என்ன ஒருமாதிரி வாசன நீ வரும்போது

போகும்போதெல்லாம்'ன்னு கேட்டிருக்காங்க. இரவு நேரத்துல இந்தப் பீ அள்ளற டிராக்டர் ஓட்டிட்டு வந்தேன், அதனால இருக்கலாம்னு அவர் சொல்லிச் சமாதானப்படுத்தி இருக்காரு.

அண்ணன் மூனு நாலு பேண்ட் வெச்சிருப்பாரு. அயர்ன் பண்ணாம போட மாட்டாரு. அவருக்கு எழுதத் தெரியாது. ஆனா கையொப்பமின்னு எதையோ எழுதுவாரு. இதுதான் என்னோட 'சைன்'னு சொல்வாரு. நான்கூட அவர மாதிரியே கொஞ்ச நாள் செய்ய ஆரம்பிச்சிட்டேன். அவர் உள்ள வேலை செய்யறதுக்கும் வெளிய அவர் தோற்றத்தக் காமிச்சிக்கறதுக்கும் பெரிய வித்தியாசம் இருக்கும். அவர் செய்யற வேலையில இருந்து வெளிய வரதுக்கு இப்படியெல்லாம் வித்தியாசமாப் பண்ணிருக்காரு. எங்களுக்குத் தெரியும் இதுதான் அவரோட வேலைன்னு. ஆனா நேரடியா இதுபோன்ற அனுபவங்கள் எனக்கு ஏற்பட்டதில்லை. நானும்கூட இவற்றிலிருந்து எல்லாம் விலகி இருக்கவே விரும்பினேன்.

அதனால் அந்த நேரடி அனுபவம் என்னை விட்டு நீங்கவே இல்லை. மாலை ஆறு மணிக்கு வீட்டை விட்டுக் கிளம்பியவன் ஒரு ராத்திரியெல்லாம் வெளியிலேயே அலைந்து திரிந்தேன். அங்க இங்கன்னு உட்கார்ந்துகொண்டு நம்மால் என்ன செய்ய முடியும், என்ன ஏது என்று யோசித்துக் கொண்டிருந்தேன். இறந்து விடலாமா என்றுகூட யோசித்தேன். விடிகாலை மூன்று மணிக்கு 'நாம் செத்துவிட்டால் என்ன ஆகும். சாகலன்னா என்ன ஆகும்?' என்று யோசித்தேன். சாவது சுலபமான ஒன்று, வாழ்வது கடினம் என்ற எண்ணமும் உதித்தது. பூமிக்கு அடியில் இருக்கும் சுடுநீர் டேங்க் முன்பு நின்றுகொண்டு இதையெல்லாம் யோசிக்கிறேன். யாருக்குமே இந்த மாதிரி வாழ்க்கை இருக்கக் கூடாது. இந்த யோசனைகள் எல்லாம் நம்மோடு போகட்டும் என்று சாக நினைத்தேன். மேலிருந்து ஒரு குழாயில் தண்ணி இறங்கி, அரை நொடிக்கு நின்று மீண்டும் மேலே செல்லும். அப்படிச் செல்லும் போது 'இஷ்ஷ ...' என்று சத்தம் எழும்.

என்ன ஆனதோ தெரியவில்லை. இந்தத் தண்ணிகிட்ட நம்மளோட கடைசி முடிவப் பத்திக் கேட்டுப் பார்க்கலாம் என்று தோன்றியது. அங்க 'இஷ்ஷ ... இஷ்ஷ...'ன்னு சத்தம் வருது. அந்தச் சத்தம் எதனால அப்படி வருதுன்னு எனக்குத் தெரியாது. ஆனா நம்மச் சாக வேண்டாமுன்னு சொல்றதா நான் அத எடுத்துக்கிட்டேன். இப்போ எழுந்துக்கிட்டுப் போகட்டுமான்னு கேட்டாலும் அதே சத்தம்தான் வருது. இப்போ நான் என்ன செய்யட்டும்? நான் எழுந்துக்குறேன், அதிகாலை விடியல் ஆரம்பிக்குது. அந்த வெளிச்சம் ஒரு நிமிடத்துக்குள் பரவிடும்

பாருங்க. ரொம்ப இருட்டாக இருக்கும் வானம் திடீரென வெளிச்சத்தைப் பரப்பி இருள் நீங்கி விடியல் ஏற்படுவதை முதல் முறை பார்த்ததால் பரவசம் ஏற்பட்டது. ஐந்து அல்லது பத்து நொடிகளுக்குள் அப்படியே மாறிவிட்டது. வானம் மிகத் தெளிவாகத் தெரிகிறது. பறவைகள் சத்தம் வேறு. வானமே, நான் ரொம்பக் கஷ்டத்தில் இருக்கிறேன். நீ இந்த உலகத்தின் எல்லா இடத்திலும் இருக்கிறாய். நீ மட்டும் என்னைப் பார்க்கவில்லை எனில் இந்த நாள் எனக்கு விடிந்திருக்காது. உன் கீழ் எவ்வளவு மக்கள் இருக்கிறார்கள். அவர்களிடம் எல்லாம் சென்று கூறு. இது மிகவும் கொடுமை. இந்த மாதிரி எந்த மனிதனுமே உலகத்தில் இருக்கக் கூடாது. நீ சென்று சொல்வாயா? என்றவாறு சொல்லிக்கொண்டு அங்கிருந்து வந்துவிட்டேன்.

**பெமு: அதன் பிறகு என்ன செய்தீர்கள்?**

அதன் பிறகு இந்த வேலை செய்பவர்களைப் பின்தொடர்வதும் அவர்களிடம் பேசுவதும் அவர்களின் வாழ்வைப் பற்றிக் கேட்பதும் என இருந்தேன். அப்படிப் போகும் இரவு நேரங்களில் பேருந்து நிலையத்திலேயே படுத்துத் தூங்குவேன். அப்பொழுதுதான் சிறுசிறு பேருந்து நிலையங்கள் வந்திருந்த சமயம் என்பதால் போலிஸ் வந்து விரட்டுவார்கள். யாரையும் பேருந்து நிறுத்தத்தில் தூங்கவிடமாட்டார்கள். இங்கயே பக்கத்துல விடுதி இருக்கு. ஐம்பது ரூபாய், நூறு ரூபாய் கொடுத்தால் அங்கு தங்கிக் கொள்ளலாம் என்பார்கள். அந்த வயதில் அதெல்லாம் ரொம்பப் பெரிய தொகை. கையில காசு இல்லைன்னு சொன்னால் ‘எதுக்குப் பணம் இல்லாமல் வெளிய வர’ என்று விரட்டுவார்கள். சில பசங்க இருக்கைகளுக்குக் கீழே சென்று தூங்கி விடுவார்கள். அவர்கள் அங்கு வந்ததும் பணத்தை எல்லாம் வேறு எண்ணுவார்கள். நமக்கு அந்தத் திறமை எல்லாம் புரிவதில்லை. ஆகவே மாட்டிக் கொள்வேன். அதுவுமில்லாமல் போலிஸ்காரர்கள் வரும்போது ஒரு சவுண்ட் வரும். அதைக் கேட்டதும் தூங்கிக்கொண்டு இருந்தவர்கள் எழுந்து ஓடி விடுவார்கள். அவர்கள் திருடுகிறார்கள், ஆகவே ஓடிவிடுகிறார்கள். நாம் ஏன் ஓட வேண்டும் என்று அங்கேயே இருந்து மாட்டிக்கொள்வேன். பிறகு அவர்களே கற்றுக் கொடுத்தார்கள். வரும் போது ஓடிவிடு, நாங்கள் சென்றதும் வந்து படுத்துக்கொள் என்று கூறினார்கள். அதன் பிறகு இப்படிதான் சென்றுகொண்டிருந்தது.

**பெமு: அந்தச் சம்பவம் நடந்த பிறகு நீங்கள் குடும்பத்தை விட்டு வெளியில் வந்துவிட்டீர்களா?**

வீட்டில் கொஞ்சநாள், இதுபோலச் சுற்றுவது கொஞ்ச நாள் என்று சென்றுகொண்டிருந்தது. அதன் பிறகு மக்கள் என்னை அடையாளம் காண ஆரம்பித்துவிட்டார்கள். பசவலிங்கப்பா என்பவர் இது பற்றிப் பேசிக்கொண்டிருந்தார். குவெம்பு என்ற கன்னடக் கவிஞர் இருக்காரு. அவர் 'ஜலகாரரு'னு ஒரு கதைகூட எழுதியிருக்கார். சிவன் ஜடாமுடியோட உட்கார்ந்து காலட்சேபம் செய்துகொண்டிருப்பார். தூரத்தில் ஒரு தோட்டி வந்து உட்கார்ந்திருப்பார். தோட்டிகள் இதெல்லாம் கேட்கக் கூடாதுதானே. சிவன் வந்து தோட்டிகிட்டப் பேசுற மாதிரி எழுதினாரு அவர். இதையெல்லாம் அவங்ககிட்டச் சொல்வோம்.

நாட்கள் ஓட ஓட எனக்குத் தொலைபேசி அழைப்புகள் வர ஆரம்பித்தன. தொலைபேசி இணைப்புகள் வசதியானவர்கள் மட்டுமே பயன்படுத்திய காலம் அது. ஆகவே பொதுத்தொலைபேசி எண்களை அவர்களிடம் கொடுத்து வைப்பேன். யாராவது என்னிடம் தகவல் சொல்ல வேண்டும் என நினைத்தால் பொதுத் தொலைபேசி வைத்திருப்பவர்களிடம் சொல்லி விடுவார்கள். அந்தத் தகவல் எனக்கு வந்துவிடும். பிரச்சினைகளை நான் பேசுவதாக மக்கள் நம்பினார்கள். ஆகவே தகவல்களை என்னிடம் கொண்டுவந்து சேர்ப்பார்கள். கேஜிஎஃப்-இல் நிறையக் கழிப்பறைகள் இருந்தன. அங்கிருந்த குறைகளைச் சுட்டிக்காட்டி ஒருமுறை பிரதமருக்குக் கடிதம் எழுதிவிட்டேன்.

"அன்புள்ள பிரதமர் அவர்களுக்கு, மனிதர்கள் மலக் கழிவு களை அகற்றும் பணியில் ஈடுபடுத்தப்படுவது அபாயகரமானது. அருவருக்கத்தக்கதும் கூட. ஆகவே நிறுத்துங்கள்."

'நிறுத்துங்கள்...' என்ற வார்த்தையை மீதியுள்ள பக்கத்தில் எத்தனை முறை எழுத முடியுமோ அத்தனை முறை எழுதினேன். தபாலிலும் சேர்த்துவிட்டேன். பிரதமரின் முகவரி எல்லாம் தெரியாது. பிரதமர், டில்லி என்று போட்டு அனுப்பினேன். அந்தக் கடிதம் எங்கு சென்றது என்பதும் தெரியாது. எனக்குப் பதில் கடிதமும் வரவில்லை. என்னுடைய விருப்பம் என்ன வெனில் நடக்கும் தவறை அதிகாரம் மிக்கவர்களுக்குச் சுட்டிக்காட்டுவது தான். பின்னர் இயக்குநருக்கு ஒரு கடிதம் எழுதினேன். எனக்கு ஆங்கிலம், கன்னடம் எதுவும் தெரியாது. ஓரளவிற்குத் தெலுங்கு மட்டும்தான் தெரியும்.

பள்ளியில் என்னவாறு கடிதம் எழுதச் சொல்கிறார்களோ அது மட்டும்தான் ஆங்கிலத்தில் எழுதத் தெரியும். விடுமுறைக் கடிதம் எழுதத் தெரியும். அவ்வளவுதான். குப்பத்தில் படித்தேன்.

குப்பம்னு எழுதிக் கமா போடனும், தேதி எழுதி முற்றுப்புள்ளி வைக்கணும். டியர் ஹெட்மாஸ்டர்னு எழுதணும். அதுக்கும் கீழ என்ன காரணத்தால லீவு வேணும்னு எழுதனும். அத எழுதலீன்னாக் கூடப் பரவால்ல. இந்தக் கமா, முற்றுப்புள்ளி எல்லாம் போட்டுட்டா அஞ்சு மார்க் கெடச்சிரும். அதுக்கும் கீழ *'yours faithfully'*ன்னு போட்டுப் பேர் எழுதணும். அதுக்கு ரண்டு மார்க். மொத்தம் ஏழு மார்க் கெடச்சிரும். பள்ளிக்கூடத்துல வேற என்ன சொல்லிக் குடுப்பாங்க? ஆகவே எனக்குக் கடிதம் எழுதவே தெரியாது. அதனால ஒரு நண்பரிடம் ஆங்கிலத்தில் கடிதம் எழுதித் தரச் சொல்லி வாங்கினேன். இயக்குநரிடம் இருந்தும் பதில் இல்லை. ஒரு வாரம் கழித்து, நீங்கள் இருபத்தொரு நாட்களுக்குள் இது சார்ந்து நடவடிக்கை எடுக்கவில்லை எனில் சட்டப்படி நடவடிக்கை எடுப்போம் என்று மறுபடியும் தெரியப்படுத்தி இருந்தோம். நாம கிறுக்குன்னு அவருக்குத் தெரியாது இல்ல. ஆகவே அவரிடமிருந்து பதில் வந்திருந்தது.

'இதுபோன்ற வேலைகளில் மனிதர்கள் ஈடுபடுத்தப்படுவது சார்ந்த பிரச்சினைகள் இருப்பது எங்களுக்குத் தெரிந்த ஒன்றுதான். ஆங்கிலேயர் ஆட்சிக் காலத்தில் இருந்து கடந்த 114 வருடங்களாக இது போன்ற சிக்கல்கள் நகரங்களில் இருந்து வருகின்றன. இதை மாற்றுவதற்குத் திட்டமிட்டுத்தான் வருகிறோம். ஜவஹர் ரோஜ்கார் யோஜனாவின் மூலம் இதற்குத் தீர்வு காண முனைந்து வருகிறோம். ஒவ்வொரு வருடமும் பெரிய தொகை இதற்காக ஒதுக்கப்படுகிறது. ஊழியர்களின் எண்ணிக்கையை வெகுவாகக் குறைத்துவிட்டோம். மீதமுள்ள ஊழியர்களையும் குறைத்துவிடுவோம்' என்று அந்தப் பதில் கடிதத்தில் இருந்தது.

ஒரு அதிகாரி என்னையும் மதித்துப் பதில் எழுதி இருக்கிறாரே என்று மகிழ்ச்சியாக இருந்தது. அவர் தங்கச் சுரங்கத்தின் இயக்குநராக இருந்தவரும்கூட. அதுவும் என்னை 'சார்' என்று அழைத்து ஒரு இயக்குநரிடம் இருந்து கடிதம் வந்திருக்கிறது. அந்தக் கடிதத்தை எடுத்துக் கொண்டு போய் ஊரிலுள்ள எல்லோரிடமும் காட்டினேன். அதோடு நிற்கவில்லை. அந்தக் கடிதத்தில் கழிப்பறைகள் கட்டப் பதினெட்டு லட்சம் நிதி ஒதுக்கி இருந்ததாகவும் இத்தனை கழிப்பறைகள் கட்டப்பட்டுள்ளன எனவும் ஒரு தகவல் இருந்தது. ஊரிலுள்ள கழிப்பறைகள் முழுவதை யும் எண்ணிவிட்டேன். ஒதுக்கப்பட்ட நிதிக்குக் குறைவாகவே கழிப்பறைகள் கட்டப்பட்டிருந்தன. இதிலுள்ள ஊழலைச் சுட்டிக் காட்டி இன்னொரு கடிதமும் எழுதிவிட்டேன். அவர்களுக்குப் பயம் வந்துவிட்டது.

கேமரா என்னிடம் இல்லாததால் தெரிந்தவர்களை அழைத்துப் புகைப்படம் எடுத்துக் கொடுக்கச் சொன்னேன். ஸ்டுடியோகாரர்கள் கல்யாணம், பிறந்த நாள் என்று புகைப்படம் எடுப்பார்கள். யார் வந்து கழிப்பறைகளைப் புகைப்படம் எடுப்பார்கள்? அவர்களைக் கூட்டிச் செல்வதும் மிகப் பெரிய பிரச்சினை. ஒருத்தர் வந்து எடுத்துக் கொடுத்தார். ரெண்டு புகைப்படங்களை எடுத்து அதையும் கடிதத்தில் இணைத்து இயக்குநருக்கு அனுப்பிவிட்டேன். இந்த விஷயம் கொஞ்சம் கொஞ்சமாகப் பெரிதாவதாக அவருக்குப் பயம் தோன்றிவிட்டது. இதுக்கெல்லாம் ஒரு விளைவும் இல்லை என்பதால், லெட்டர்ஸ் டூ த எடிட்டருக்கு ஒரு கடிதம் எழுதினேன்.

பி.எஸ். ராவ் என்பவர் பெங்களூரு செயின்ட் ஜான்ஸ் மருத்துவக் கல்லூரியில் இருந்தார். நாளிதழில் வந்திருந்த கடிதத்தைப் படித்துவிட்டு அவர் அழைத்து 'நல்லா வேலை செய்யிறப்பா. இந்த மாதிரி வயசுல இப்படிப்பட்ட வேலைய எப்பிடித்தான் செய்யிறியோ. ஆனா நீ ரொம்பப் பெருசா வருவ. சொல்ல முடியாத அளவுக்கு வருவ' என்று பேசினார். பிறகு அவர் என்னைப் பற்றிய ஒரு பத்தியை இந்தியன் எக்ஸ்பிரஸ்க்கு எழுதினார். அவர்களும் அதனைப் பிரசுரித்துவிட்டார்கள். நீ எல்லா நாளிதழ்களிலும் எழுது, உன் பேருலயே எழுதுன்னு சொன்னாரு. பிரஜாவாணி (கன்னடம்), டெக்கான் ஹெரால்டு (ஆங்கிலம்) ரெண்டு பெரிய இதழ்களுக்கும் எழுதினேன். ஆனால் எதுவும் பிரசுரம் ஆகவில்லை. இவர்கள் பணம் வாங்கிக் கொண்டுதான் பிரசுரிக்காமல் விட்டுவிட்டார்கள் என்று நினைத்துக்கொண்டேன்.

அப்ப ஏப்ரல் 14 வருது. அதையொட்டி ஒரு கட்டுரை எழுதுவதற்காக அதற்குப் பத்து நாளுக்கு முன்னர் ஒரு சிறப்பு நிருபர் என்னைப் பார்ப்பதற்காக வந்திருந்தார். என்னைப் பற்றி நிறையப் பேரிடம் விசாரித்திருக்கிறார். நான் அவ்வவ்போது 'ஆந்திர பிரபா' தெலுங்கு இதழுக்கு ஏதாவது செய்தி எழுதி அனுப்புவேன். அதைத் தெலுங்கிலும் போடுவார்கள். ஆங்கிலத்திலும் போடுவார்கள். '*occational news contributer*'ன்னு சொல்வாங்க. அப்படிக் கொஞ்சம் பண்ணிக்கிட்டு இருந்தேன். ஆகவே எனக்கு ஒருசில நிருபர்களைத் தெரியும். அவர்கள்தான் என்னைப் பார்பதற்காக அந்த நிருபரை அனுப்பி இருக்கிறார்கள். அவர் பேரு பிரசன்னா குமார். பெங்களூரில் இருக்கிறார். என்னிடம் அவர் ஏதேதோ கேட்டார். நம்ம கதையைக் கேட்க யாரிருக்கிறார்கள் என்பதால் நானும் எல்லாவற்றையும் சொல்லிவிட்டேன்.

என் புகைப்படம் கேட்டார். என்னுடைய புகைப்படத்தைக் கொடுக்க மாட்டேன் என்று சொல்லி அந்தம்மாவின் புகைப்பட நகலைக் கொடுத்தேன். அவருக்கு ஒரிஜினல் புகைப்படம் வேண்டும் அல்லது புகைப்படம் எடுக்க நெகடிவ் வேண்டும் என்று கேட்கிறார். இவர் தங்கச் சுரங்க ஆளாக இருப்பாரோ என்று எனக்குள் பயம் வேறு. அவரோ ரொம்பவும் கெஞ்சிக் கேட்டார். நானும் கோலார் சென்று அவருக்குக் கொடுத்தேன். ரெண்டு நாள் கழித்து நெகட்டிவ்வை நான் சென்று வாங்கிக்கொண்டு வந்துவிட்டேன். எழுதறன்னு சொன்னவரு ஏப்ரல் 14க்கு எழுதல. மறுநாள் ஏப்ரல் 15 அன்றைக்குச் செய்தித்தாளுடன் துணை இதழ்கள் வரும் என்பதால் அதில் விரிவாக நான் சொன்னதை எல்லாம் புகைப்படத்துடன் எழுதியிருந்தார். 'வெட்கம்' எனத் தலைப்பிட்டு 'மாநிலத் தலைநகருக்கு அருகில் கையால் மலம் அள்ளும் தொழிலாளர்கள்' என விரிவாக எழுதியிருந்தார். கோலார் தங்கச் சுரங்க இயக்குநர்கள் எல்லோரும் பயந்துவிட்டார்கள்.

ஏப்ரல் 14க்கான நிகழ்ச்சியை ஏப்ரல் 23, 24 தேதிகளில்தான் வைத்திருந்தார்கள். அதற்கு ராமகிருஷ்ண ஹெக்டே, தேவகௌடா எல்லோரும் வந்திருந்தார்கள். பத்திரிகையில் வந்திருந்த செய்தியுடன் ஒரு கடிதத்தை இணைத்து அவர்களிடம் கொடுத்துவிட்டோம். அப்போதெல்லாம் பொது நிகழ்வில் முதல்வரை மேடையில் சந்திப்பது பெரிய விஷயம் இல்லை. அவர்களும் மக்களிடம் எளிமையாக அணுகுவார்கள். படிப்பார்களோ என்னவோ தெரியாது, கொடுக்கும் கடிதங்களை வாங்கிப் போட்டுக்கொள்வார்கள். மாநிலத்தில் ஜனதாவும் மத்தியில் காங்கிரஸ் ஆட்சியும் இருந்த சமயம் அது. தங்கச் சுரங்கம் மத்திய அரசின் கட்டுப்பாட்டில் உள்ள நிறுவனம். ஆகவே மத்திய அரசு தீண்டாமையைத் தொடர்ந்துகொண்டிருக்கிறது என்று பிரச்சினையாக்க விரும்பினார்கள். ஆகவே என்னை ஒரே நாளில் ஹீரோவாக்கி விட்டார்கள். ஒரே நாளில் எட்டு அமைச்சர்கள் என்னைப் பார்க்க வந்துவிட்டார்கள். எங்கள் பகுதிக்கு யாருமே வரமாட்டார்கள். ஆனால் எங்களுடைய கழிப்பறைகளைப் பார்க்க அமைச்சர்கள் வந்துவிட்டார்கள். எஸ்.பி. இதைக் கண்டு அலறினார்.

கழிப்பறைகளைப் பார்க்க இவர்கள் ஏன் வருகிறார்கள் என்று எல்லோரும் குழம்பினார்கள். காவல்துறை உயர் அதிகாரி, கேபினெட் அமைச்சர்கள் என்று எல்லோரும் வருவதைப் பார்த்து வீட்டில் உள்ளவர்கள் பயந்துவிட்டார்கள். அவர்கள் ஒவ்வொருவராக வருவதும் வீட்டைப் பார்ப்பதும் அவர்களைக் கூட்டிச் சென்று கழிப்பறைகளைக் காட்டுவதும்

என்று நாள் ஓடியது. ஜனதா கட்சியில் முதல்வரைத் தவிர்த்து எல்லோரும் வந்துவிட்டார்கள். ராம்விலாஸ் பாஸ்வான்கூட ஒரு கடிதம் எழுதிவிட்டார். மத்தியில் உள்ளவர்களுக்கு இது பயத்தை ஏற்படுத்தியது. சுற்றிலும் உள்ளவர்கள் அமைச்சர்கள் என்னைப் பார்ப்பதற்காக வருவதாக நினைத்துக் கொண்டார்கள். வீடில்லாதவர்கள் எங்களுக்கு வீடு வாங்கிக் கொடு என்று கேட்கவும் தங்கள் பிள்ளைகளுக்கு வேலை வாங்கிக்கொடு என்று சொல்லவும் ஆரம்பித்துவிட்டார்கள். எனக்கோ ஒன்றும் புரியவில்லை. இரவு நேரத்தில் சுற்றிவிட்டு மிகவும் தாமதமாக வருவதால் வீட்டின் முன்னால் உள்ள வராண்டாவிலேயே படுத்துக்கொள்வேன். வேலை இல்லாததால் வீட்டில் உள்ளவர்கள் வேறு திட்டுவார்கள். நாய் எல்லாம் இருக்கும். அதுகூடவே படுத்துக்கொள்வேன். காலையில் விடிந்ததும் எழுந்து சென்றுவிடுவேன். எனக்கான பாதுகாப்பு அளிக்கச் செக்யூரிட்டிகளை வேறு அனுப்பினார்கள். எனக்கு இதெல்லாம் வேண்டாம் என்று அனுப்பிவிட்டேன்.

அடுத்தடுத்த மூன்று நான்கு நாட்களில் பழைய கழிப்பறை களை இடித்துவிட்டுப் புதிதாகக் கழிப்பறைகளைக் கட்டினார்கள். இருபது முப்பது பேருக்கு ஆட்டோ ரிக்ஷா கொடுத்தார்கள். கொஞ்சம் பேருக்கு மாடு கொடுத்தார்கள். என்ன கேட்கிறார்களோ அதையெல்லாம் கொடுக்க ஆரம்பித்தார்கள். மாவட்ட ஆட்சியர் டாக்டர் சி. சுப்பிரமணியம் எங்களைப் பார்க்க வந்திருந்தார். இதெல்லாம் மிகப் பிரபலமாகிவிட்டது. இதெல்லாம் பழக்கம் இல்லாததால் எதையும் என்னால் தாங்க முடியவில்லை. இதுக்கு மேல இங்க நமக்கு என்ன இருக்கு. கையால் மலம் அள்ளுவதைத் தவிர்க்கக் கழிப்பறை வேண்டும் என முயன்றேன். அது நடந்துவிட்டது. இனி எல்லாம் முடிஞ்சாச்சு, இங்கிருந்து போயிடுவோமுன்னு வெளியில வந்துட்டேன்.

ஏன் அங்கிருந்து வெளியில் போனேன்னு யாருக்கும் தெரியாது. அதன் பிறகு சைக்கிள் பயணம் தொடங்கினேன். கர்நாடகா, ஆந்திரா என்று சுற்றி வந்தேன். அப்புறம் எஸ்.ஆர். சங்கரன்னு சொல்லிட்டு தமிழர் ஒருத்தரு. அவர் ஐ.ஏ.எஸ். அதிகாரி. அவருடைய தொடர்பு ஆந்திராவில் ஏற்பட்டது. அதன் பிறகு பதினேழு வருடங்கள் அவர் இறக்கும்வரை என் கூடவே இருந்தார். அவர்தான் எனக்குப் பல விஷயங்களைக் கற்றுக் கொடுத்தார். இயக்கம் என்றால் என்ன, எப்படிச் செயல்படணும் என்பதை எல்லாம் சொல்லிக் கொடுத்தார். அதன் பிறகு பால் திவாகர் போன்ற பல பெரியவர்களின் தொடர்பு கிடைத்தது. அது என்னன்னு தெரியல. எல்லோருமே என்னைப் பத்திரமாகப் பார்த்துக் கொண்டார்கள். யாரிடமும் நான் பணம் வாங்க

மாட்டேன். பணம் வாங்கும் பழக்கம் எனக்கில்லை. சாப்பிட ஏதாவது கொடுத்தால் சாப்பிடுவேன். அதுகூட மூன்று வேளையும் சாப்பிட மாட்டேன். ஒருவேளை மட்டும்தான். ஏன்னா பட்டினியாக இருக்க முடியாதுதானே. எந்த ஊருக்குச் சென்றாலும் பெரும்பாலும் அலுவலகத்திலேயே தங்கிவிடுவேன். வெளியில் எங்கும் செல்ல மாட்டேன். செலவுகளும் பெரிதாக ஒன்றும் எனக்கில்லை.

இப்போ வரைக்கும் நாம ஒரு பதிவு செய்யப்பட்ட அமைப்பாச் செயல்படவில்லை. நம்மால யாருக்கும் பணம் கொடுக்க முடியாது. மத்தவங்களும் நமக்குப் பணம் கொடுக்க முடியாது. இரண்டு, மூன்று என்.ஜி.ஓவில் வேலை செய்யும் பத்து இருபது நபர்கள் நமக்காக வேலை செய்கிறார்கள். அந்த என்.ஜி.ஓக்களே அவர்களுக்கு மாதச் சம்பளம் கொடுத்துவிடும். நாம ஒரு நிதி வைத்துக்கொண்டு நிர்வாகம் செய்ய முடியாது என்று இப்படிச் செய்கிறோம். கொஞ்சம் கொஞ்சமா அரசாங்கத்திடம் பேசுவது போன்ற செயல்பாடுகளில் ஈடுபட்டோம். அதனால் கையால் மலம் அள்ளும் தொழிலாளர் என்றாலே சஃபாயி கர்மச்சாரி ஆந்தோலன் என்பதாக ஆகிவிட்டது.

**பெமு: இந்த அமைப்பை எப்போது தொடங்கினீர்கள்?**

தேதியெல்லாம் இல்லை. மக்கள் எல்லோரும் ஒரு நல்ல பெயர் வைத்துக்கொள்ளலாம் என்றார்கள். தென்னிந்தியா மட்டுமல்லாமல் முழு இந்தியாவுக்குமான பெயராக வைக்க வேண்டும் என்றார்கள். தொண்ணூறுகளின் ஆரம்ப காலகட்டத்திலேயே 1992இல் பெயர் வைத்துவிட்டோம். பெயர் எதுவும் இல்லாமல் பத்து வருடத்திற்கு மேல் செயல்பட்டோம். பொதுவான ஒரு தளம் இருக்க வேண்டும் என்று எல்லோரும் சொன்னார்கள். என்ஜிஓ மாதிரி தொடங்குறது எனக்கு முதல்ல இருந்தே பிடிக்காது. அப்படித் தொடங்குனா நிர்வாகம் பாக்கறதுல கவனமெல்லாம் போயிரும். *Non-government*னாலும் அது *government*இன் நகல் மாதிரி ஆயிருது. அந்த மாதிரி இருக்கக் கூடாதுன்னு நெனச்சன். அதனால் ஆரம்பத்திலிருந்தே எனக்குப் பதிவு செய்வதில் விருப்பம் இருந்ததில்லை. சஃபாயி மூலமாக உச்ச நீதிமன்றத்துல வழக்குப் போட்டோம். யாத்திரை போனோம். 2015–16இல் பீம் யாத்திரா சென்றோம். மக்களே இதையெல்லாம் தொடங்கிவிடுகிறார்கள்.

இப்போ வரைக்கும் 6000 தன்னார்வலர்கள் நம்மிடம் இருக்கிறார்கள். அவர்களுடைய முகவரி, செல்போன் போன்றவை

அடங்கிய தகவல்கள் நம்மிடம் இருக்கின்றன. அதில் 200 முழு நேரத் தன்னார்வலர்கள் இருக்கிறார்கள். இவர்களுக்கு மாதாமாதம் சம்பளம் போலக் கொஞ்சம் பணம் கொடுக்க வேண்டி இருக்கும். ரமோன் மகசேசே விருது கிடைத்ததற்குப் பிறகு இன்னும் கூடுதலாக வருகிறார்கள். இப்போது மனிதர்களிடம் நேரம், பணம், படிப்பு எல்லாமே அதிகமாக இருக்கிறது. அதைப் பகிர்ந்துகொள்ளவும் சிலர் வருவதுண்டு. அப்படித்தான் ஒருவர் வந்தார். அமெரிக்காவில் ஆறு வருடங்கள் வங்கிப் பணியில் இருந்தவர். வேலையில் சுவாரசியம் இல்லாமல் போகவே இந்தியாவுக்கு வந்துவிட்டார். எனக்குப் பணம் எதுவும் தேவையில்லை, திருப்திக்காக உங்களுடன் இணைந்து வேலை செய்ய விரும்புகிறேன் என்றார்.

இன்னொருவர் ஐ.ஏ.எஸ். ஆயிட்டாரு. மகாராஷ்டிராக்காரர். அவருடைய மனைவி கேரளா. இரண்டு பேரும் ஐ.ஏ.எஸ் இருவரும் திருமணம் செய்துகொள்ள முடிவெடுத்தார்கள். அந்தப் பெண்ணுக்கு அசாம் மாநிலத்தில் பணி. இவருக்கு ஆர்கிடெக்சர் துறையில் கிடைத்தது. அவர் இங்கு நாலாண்டுகள் வேலை செய்தார். கொஞ்சம் போலப் பணமும் சம்பாதித்தார். ஆகவே கணவன் மனைவி இருவரும் ஒரு முடிவுக்கு வந்தார்கள். ஒருவர் வேலை செய்யலாம். மற்றவர் வேலையை விட்டு விடலாம் என்ற முடிவுக்கு வந்தார்கள். கணவன் வேலையை விட்டுவிட்டு இப்போது நம்மிடம் வேலை செய்கிறார்.

டாக்டர், எஞ்சினியர், சயின்டிஸ்ட் என பல துறைகளில் இருந்தும் இதுபோல வருவார்கள். மூனு நாலு லட்சம் ரூபாய் சம்பளம் வாங்கிக்கிட்டு இருந்த ஒரு அம்மா வந்திருக்கறாங்க. அந்த மாதிரி நெறையப் பேரு இலவசமா இந்த மாதிரி வேலையில ஈடுபடத் தயாரா வர்றாங்க. இதெல்லாம் எப்படி நடக்கிறது என்று தெரியவில்லை. ஆனால் நடக்கிறது. யாரும் இதைப் பாரமாக நினைத்துச் செய்வதில்லை. ஒரு வேலையாக நினைத்துச் செய்வதில்லை. மனத் திருப்திக்காகச் செய்கிறார்கள்.

நேற்றுகூட ஒரு முஸ்லிம் இறந்துவிட்டார். முஸ்லிம் என்பதால் அவர்கள் நம்மவர்கள் இல்லை என்றெல்லாம் தோன்றுவதில்லை. இந்து, கிறித்து, தலித் என்ற எந்த அடையாளத்தையும் பார்ப்பதில்லை. கபருக்குச் சென்றிருந்தோம். அங்கிருந்த ஒருவர் வந்து, உங்களைத் தொழுகையில் பார்த்ததில்லையே, நீங்கள் முஸ்லிமா? இவருக்கு உறவினரா? எந்த ஊர் என்றெல்லாம் கேட்டார். அதன் பிறகு அவர் நான் அமைப்பிலிருந்து வருவதைத் தெரிந்துகொண்டார். 'நீங்கள் உறவினர்' என்று சொன்னீர்களே என்று கேட்டார். 'இந்த நாட்டில் செப்டிக் டேங்க் சுத்தம் செய்யும்

பணியில் மரணம் அடையும் எல்லோரும் என் உறவினர்கள்தான்' என்று அவரிடம் சொன்னேன். உண்மையிலேயே இது போன்ற மரணங்கள் நேரும்போது என் மனம் வேதனைப்படும்.

இன்றைக்குக்கூட மத்தியப்பிரதேசம், உத்திரப்பிரதேசம், பீகார், ஒடியாவில் கிட்டத்தட்ட ஒரு லட்சத்து அறுபதாயிரம் பேர் இது போன்ற பணியைச் செய்கிறார்கள். அரசாங்கம் இதை ஏற்றுக்கொள்வதே இல்லை. இதே இடத்தில் உட்கார்ந்துகொண்டு பல விஷயங்களை நினைத்து மிகவும் கஷ்டப்படுவேன். நம்முடைய இலக்கிற்காக யோசிக்கும் அதே நேரத்தில், நம்மைத் திட்டச் சிலர் இங்கு வருவார்கள். பாராட்டச் சிலர் வருவார்கள். சட்ட ரீதியிலான ஏதாவது சிக்கல்கள் வந்து சேரும். அடுத்தநாள் காலையில் கட்டிடத்திற்கான வாடகையைச் செலுத்தப் பணம் இருக்காது. பல்வேறு பிரச்சினைகள் நம்மைச் சூழ்ந்து நிற்கும்.

மாதத்தின் தொடக்கத்தில் நம்மிடம் பணம் இருக்கும். இருபது தேதிகளில் கையில் எவ்வளவு பணம் இருந்தாலும் செலவாகிவிடும். அடுத்த பத்து நாட்களுக்குப் பண ரீதியிலான பிரச்சினை வெடிக்கும். உதவியாளர்களுக்குத்தான் முதலில் பணம் கொடுப்போம். அப்படியே அடுத்தடுத்துக் கொடுத்துக்கொண்டே வருவோம். கடைசியில் நாங்கள் எடுத்துக்கொள்வோம். பணம் இல்லையென்றாலும் கடன் சொல்லிச் சாப்பிடக் கூடிய நிறைய இடங்கள் எனக்குப் பரிச்சயம். சரவண பவன், ஆந்திரா பவன் உட்பட எல்லா இடத்திலும் அக்கவுண்ட் இருக்கிறது. பாரமாக, கஷ்டமாக இருந்தாலும் இப்படியேதான் வாழ்க்கை செல்கிறது. எப்போதுடா இந்த நிலை மாறும் என்ற வெறிகூட இருக்கிறது.

**பெமு: SKA என்பதன் விரிவாக்கம் சஃபாயி கர்மச்சாரி அந்தோலன். அதன் அர்த்தம் என்ன?**

சஃபாயி என்றால் சுத்தம். கர்மச்சாரி என்றால் பணியாளர். அந்தோலன் என்றால் இயக்கம் அல்லது போராட்டம். துப்புரவுப் பணியாளர் அமைப்பு அல்லது இயக்கம் அப்படீன்னு தமிழ்ல சொல்லலாம். எல்லாரும் நல்லா இருக்குன்னு சொன்னாங்க. நான் இதையெல்லாம் கண்டுக்குறது இல்ல. விஷயம் தெரிஞ்சவங்க ஆலோசனை சொல்றாங்க. நாம் அதைக் கேட்டு நடந்துக்குறோம். உங்களுக்கு எந்தப் பேர் வைக்க விருப்பமோ அதையே வையுங்க என்பேன். வேலையை ஒழுங்காச் செய்யணும்கிற ஒண்ணுதான் முக்கியம்.

**பெமு: சங்கரன் அவர்களைப் பற்றிச் சொன்னீங்களே. அவர் உங்களுக்கு எப்படி அறிமுகம்?**

அவர் ரொம்பவும் நேர்மையான அதிகாரி. நேர்மையா இருக்கறது இந்த உலகத்துல ரொம்பக் கஷ்டம். பேச்சுலராத்தான் இருந்தாரு. திரிபுரா மாநிலத்தின் தலைமைச் செயலரா இருந்தவர். நிருபன் சக்கரவர்த்தின்னு ஒருத்தர் முதலமைச்சரா இருந்தாரே, அவரிடம்தான் இவர் தலைமைச் செயலராக இருந்தார். இவர் ஆந்திரா கேடரில் இருந்தவர். எஸ்.ஆர்.சங்கரன் தமிழ்க்காரர். தமிழகத்தில் செல்லத்தூர் என்ற ஊரைச் சேர்ந்தவர். திரிபுரா மாநிலத்தில் தலைமைச் செயலராகப் பணியாற்றினார். ஒரு மாநிலத்தில் பணியாற்றக் கூடிய அதிகாரி, வேறொரு மாநிலத்தில் தலைமைச் செயலராக முடியாது. நிருபன் சக்கரவர்த்தி இந்திராகாந்தியிடம் சிறப்பு அனுமதியைப் பெற்றுச் சங்கரனைக் கூப்பிட்டுக்கொண்டார். இது ஒரு அற்புதமான விஷயம்தான். சென்னா ரெட்டி முதல்வராக இருந்தபோது, சென்னா ரெட்டியின் சொந்த ஊருக்குச் சென்று கொத்தடிமைகளை விடுவித்துவிட்டார். அதுவும் சென்னா ரெட்டியின் பெரியப்பாவிடம் இருந்த கொத்தடிமைகளை விடுவித்துவிட்டார். அப்போது கொத்தடிமைகள் இவரிடம் சொல்லுகிறார்கள்,

'சார்... நீங்க எங்கள ரிலீஸ் பண்ணிட்டுப் போயிடுறீங்க. நாளைக்கு இவங்க எங்களச் சாவடிச்சிடுவாங்க... நீங்க போயிடுவீங்க... ஆனா நாங்க உயிரோடவே இருக்க முடியாது...'

'இல்ல... இது அரசாங்கத்தின் திட்டம்... வெட்டி ஒத்து' என்று அவர் கூறுகிறார். வெட்டி என்றால் தெலுங்கில் 'அடிமை'. அவர் மூலமாக 'வெட்டி ஒத்து' என்ற ஸ்லோகன் கிராமம் முழுதும் எதிரொலிக்கிறது. ரெண்டு நாட்களுக்கு முகாமிட்டு எல்லோரையும் விடுவித்துவிட்டார். முட்டாள்தனமா இந்த மாதிரி செய்திட்டீங்களே, நாளைக்கு எங்க எல்லோரையும் அவங்க கொன்னுடுவாங்கன்னு ஒரு மாவட்ட ஆட்சியரைப் பார்த்து அவர்கள் சொல்லுகிறார்கள். அதில் இரண்டு மூன்று பேர்கள் அழுவதற்கு ஆரம்பித்துவிட்டார்கள்.

என்னோட வண்டியில உட்கார்ந்துக்கோங்கன்னு தன்னோடவே வீட்டுக்குக் கூட்டிட்டுப் போயிடறாரு. சென்னா ரெட்டியின் பெரியப்பா உடனே தொலைபேசியில கூப்பிட்டு, 'இதென்ன யாரோ வந்து இந்த மாதிரி பண்ணிட்டாங்கோ... நம்ப ஊருல ரெட்டிங்களுக்கு இனிமே மரியாத இருக்குமா?'ன்னு கேக்குறாரு.

சென்னா ரெட்டியும் தலைமைச் செயலரைக் கூப்பிட்டு இரவோடு இரவாகப் பேசுகிறார். அதிகாலையில் இவரைக்

கூப்பிட்டு விசாரிக்கிறார்கள். இவரும் நடந்தவற்றை விவரிக்கிறார். 'எனக்கு எந்த விளக்கமும் தேவையில்லை' என்று முதலமைச்சர் சொல்கிறார். இவர் ஏன் இங்கு வந்தார், இவரை எனக்குப் பிடிக்கவில்லை, இதுபோன்ற சட்டாம்பிள்ளைத்தனமான அதிகாரிகளை எனக்குப் பிடிக்காது என்று சத்தம் போடுகிறார்.

'நான் புதிதாக ஒன்றும் செய்யவில்லை. அரசின் திட்டங்களைச் செயல்படுத்தினேன். அவ்வளவுதான். என்னுடைய வேலையைத்தான் நான் செய்திருக்கிறேன். அவையெல்லாமே இந்தக் கோப்பில் இருக்கிறது.' என்று சொல்லுகிறார்.

'நான் எந்தக் கோப்பையும் பார்க்கத் தயாராக இல்லை.'

'நீங்கள் என்னைப் பேசுவதற்கு அனுமதித்தால்தான் என்னால் விளக்க இயலும்' என்று முதல்வரிடம் சொல்கிறார்.

'இந்த ஆள நான் இங்க பார்க்க விரும்பல. என்னோட அரசில் இவர் இருக்கக் கூடாது. இந்த முகத்தை மறுபடியும் நான் பார்க்கக் கூடாது' என்று டிஸ்மிஸ் செய்ய உத்தரவிடுகிறார்.

'உங்களோட முகத்தை நான் பார்க்க விரும்பவில்லை. உங்களது அரசின் கீழ் வேலை செய்ய நான் விரும்பவில்லை' என்று கோப்பைக் கடாசிவிட்டுச் சங்கரனும் வெளியில் வந்துவிடுகிறார். அங்கிருந்து நேராக ரயிலேறி டெல்லி சென்றுவிடுகிறார். இந்த விஷயம் ஆட்சியர் சங்கம் முதல் மீடியா வரை பரவுகிறது. யாரோ இந்த விஷயத்தை நிருபன் சக்கரவர்த்தியிடமும் தெரியப்படுத்தியிருக்கிறார்கள்.

ரொம்ப நல்லவரு. பின்னாட்களில் அவருக்கு பத்ம விபூஷன் விருது அறிவிக்கிறார்கள். என்னுடைய வேலையைத்தானே செய்தேன் என்று அதை வாங்க மறுத்துவிடுகிறார். ஓர் ஆட்சியராக என்னுடைய வேலையைச் செய்திருக்கிறேன். இன்னும் சொல்லப்போனால் என்னுடைய வேலையை முழுமையாக நான் செய்யவில்லை என்றுதான் சொல்லவேண்டும். இவ்வளவுதான் என்னால் செய்ய முடிந்ததுன்னு சொல்லிட்டாரு. அவரிடம்தான் நான் இருந்தேன். இங்க வந்து உட்கார்ந்து கொண்டு எங்களிடம் பேசுவார். கடிதம் எல்லாம் எழுதுவார். பயணங்களில் இருந்தால்கூட மின்னஞ்சலில் எங்களுக்கான வேலைகளைச் செய்து கொடுப்பார். ரயில் நிலையம் அல்லது விமான நிலையத்திற்கு நகல்களை எடுத்துக்கொண்டு வரச் சொல்வார்.

‘கொஞ்சம் ஓய்வெடுங்க சார். நாளைக்கு வேணும்னாலும் பார்த்துக்கலாம்’ என்றால் கேட்கவே மாட்டார். ‘என்னுடைய கையெழுத்துக்காக ஒருமணி நேரம் தாமதம் ஆனாலும் துப்புரவுப் பணியாளர்களின் சுதந்திரம் ஒருமணி நேரம் தாமதம் ஆகும். அவர்களின் நல்ல வாழ்க்கை என்னோட கையெழுத்தால தாமதம் ஆகக் கூடாது. செய்ய வேண்டிய வேலையை உடனே செய்திடணும்’ என்று சொல்லுவார். இந்த மாதிரி எல்லாம் மனுஷங்க இருக்காங்கங்கிறது ஆச்சரியம்தான். அந்த மாதிரி மனிதர்கள் எல்லாம் என்னோட வாழ்க்கையில் கிடைத்தார்கள்.

**பெமு: உங்களுக்கு அதிகாரத் தொந்தரவுகள் ஏதும் இருக்கிறதா?**

உளவுத்துறை அதிகாரிகள் எல்லாம் வருவார்கள். வந்து பேசிவிட்டுச் செல்வார்கள். தேச விரோதமாச் சில வேலைகளச் செய்யிறீங்கன்னு புகாரோட வருவாங்க. ஊரு உறவுன்னு விசாரிப்பாங்க.நானும் ஒன்னு விடாம எல்லாத்துக்கும் இல்லைன்னு பதில் சொல்லுவேன். உங்க மனைவி எங்கன்னு கேப்பாங்க. அதுவும் இல்லைன்னு சொல்வேன். வீடுன்னு கேட்பாங்க. அதுவும் இல்லைன்னு சொல்லுவேன். எதாச்சும் ஒண்ணாவது இருக்குன்னு சொல்லணும் இல்ல. இருந்தாத்தான சொல்ல முடியும்? நீங்க எங்க தங்குவீங்கன்னு கேட்பாங்க. இங்கதான் அறையில் தங்குவேன்னு சொல்வேன். அந்த அறை எங்கிருக்குன்னு கேட்பாங்க. எங்க தூங்குவன்னு கேட்பாங்க. இங்கதான்னு பாயை எடுத்துக் காண்பிப்பேன். துணியெல்லாம் எடுத்துக் காண்பிப்பேன். நெறையப் பேரு வருவாங்க போவாங்கன்னு சொல்லுவேன். இந்த மாதிரி இருந்தா எப்படின்னு கேட்பாங்க. நான் இப்படித்தான் சார் இருக்குறேன்னு சொல்லுவேன். கொஞ்ச நாள் ஆச்சுன்னா புகாரை முடிச்சிடுவாங்க.

அரசாங்கம் ஒரு அரசியல் தீர்வை எடுப்பதில் சுணங்கிக் கிடக்கிறது. மக்களை இதிலிருந்து வெளியேற்ற முயற்சி எடுக்கமாட்டேன் என்கிறார்கள். இரண்டு லட்சம் கோடி ரூபாய் சுவச் பாரத் திட்டத்திற்குச் செலவு செய்பவர்கள் இந்த மக்களுக்கு எதுவும் செய்ய முன்வர மாட்டேன் என்கிறார்கள். 2013ஆம் ஆண்டில் தோட்டிகள் மேம்பாட்டிற்காக 570 கோடிகள் இருந்தது. இந்த வருடத்திற்கு ஒதுக்கப்பட்டது 5 கோடிகள் மட்டும்தான். இப்படி இருந்தால் மக்கள் எப்படி விடுதலை அடைவார்கள்? நம் நாட்டில் போடப்படும் திட்டங்கள் யாவும் மக்களைப் பின்னோக்கி நகர்த்தக் கூடியவையாகத்தான் இருக்கின்றன. திட்டக் குழுவில் கூட உறுப்பினராக இருந்தேன். எல்லா இடத்திலேயும் கத்திக்

கத்தி, பேசிப் பேசி ஓய்ந்தாகிவிட்டது. இவன் வந்தாலே ரொம்பக் கத்துவான்னு அவங்களுக்குத் தெரிஞ்சிடுச்சி. வாழ்க்கையில் இதுவரைக்கும் வந்துவிட்டோம். வயதும் ஐம்பதுக்கு மேல் ஆகிடுச்சி. இன்னும் என்ன செய்ய முடியும்னுதான் பார்க்க வேண்டி இருக்கு. ஆனா அரசிடமிருந்து நாம் எதையும் வாங்கவில்லை.

**பெமு:** பழைய கக்கூஸ் இருந்தபோதுதான் கையால் மலம் அள்ளும் முறை இருந்தது. இப்போது நிலைமை மாறிவிட்டது என்ற பொதுப்புத்தி இருக்கிறது. அதைப் பற்றி உங்கள் கருத்தென்ன?

பழைய கக்கூஸ் முறை (Dry Latrines) இன்னும் இருக்கிறது. தமிழ்நாடு, ஆந்திரா போன்ற மாநிலங்களின் குறிப்பிட்ட இடங்களில் பழைய கழிப்பறைகளை இடித்துவிட்டுப் புதிதாகக் கட்டினார்கள். ஒண்ணு ரெண்டு அந்த மாதிரி இருக்கலாம். முழுமையாக இல்லை என்று சொல்ல முடியாது. அப்படியே இருந்தாலும் - நாலு நாளுக்கு முன்னாடி ஒருத்தர் நாளிதழில் எடுத்துப் போட்டுவிட்டார் – உடனே பழைய கழிப்பறை முறையைப் புகைப்படம் எடுத்து யாராவது போட்டு விடுகிறார்கள். உடனே இடித்துவிட்டுப் புதிதாகக் கட்டுகிறார்கள். அப்படித்தான் புதிய முறை வருகிறது. உத்திரப் பிரதேசம், மத்தியப் பிரதேசம், பீஹார், குஜராத், ராஜஸ்தான், காஷ்மீர், உத்ராஞ்சல் போன்ற இடங்களின் சில பகுதிகளில் அதே பழைய முறைதான் இருக்கிறது. ஒவ்வொரு வீட்டுக்குள்ளும் இருக்கிறது. மலங்களை அள்ளித் தலையில் கொண்டுசெல்லும் முறை கூட இருக்கிறது.

எல்லா இடங்களிலும் தலையில் சுமந்து செல்கிறார்கள் என்றில்லை. பக்கெட்டில் எடுத்துச் செல்கிறார்கள். டால்டா டப்பி, பெயிண்ட் டப்பி போன்றவற்றை இருபுறங்களிலும் பிடித்துக்கொண்டு எடுத்துச்செல்லும் முறையும் இருக்கிறது. எங்களுடைய புள்ளிவிவரக் கணக்கின்படி ஒரு லட்சத்து அறுபதாயிரம் நபர்கள் இன்னும்கூட இந்த வேலையைச் செய்து கொண்டிருக்கிறார்கள். நாம் உண்மைக்கு நெருக்கமாகத்தான் தகவல்களைச் சேகரிக்கிறோம். நாம் கண்துடைப்பிற்குப் புள்ளிவிவரங்கள் எடுப்பதில்லை. மேலும் இந்தியாவின் இண்டு இடுக்கு முழுவதும் தகவல்களைச் சேகரிக்கும் மனிதவளம் நம்மிடம் இல்லை. இருந்தாலும் கள ஆய்வு செய்து மாவட்ட ஆட்சியருக்குத் தெரியப்படுத்துவோம். இந்த முறையை ஒழிக்க வேண்டும் என்று கோரிக்கை வைப்போம்.

ப்ளஷ் அவுட் வந்த பிறகு மலக்குழி ஒவ்வொரு வீட்டிலும் இருக்கும். அது நிறைந்ததும் முனிசிபாலிட்டி சுத்தம் செய்வதற்குப்

போதுமான உபகரணங்களுடன் தயார் நிலையில் இருப்பதில்லை. ஐந்து லட்சம் மனிதர்கள் வசிக்கக் கூடிய இடத்தில் 50 இயந்திரங்கள் கிட்டத்தட்ட இருக்க வேண்டும். அங்கெல்லாம் உண்மையில் ஒன்று அல்லது இரண்டு கூட இருக்காது. ஒன்றுகூட இல்லாத முனிசிபாலிட்டி நம்மிடம் 80% இருக்கிறது. அங்கெல்லாம் மனிதர் ஒருவரே உள்ளே இறங்கி வாளியில் எடுத்துக்கொண்டு வர வேண்டும். இன்னொன்று பாதாள சாக்கடை முறை. அது எப்போதோ கட்டுமானம் செய்தது. இன்றுவரை அப்படியே இருக்கிறது. அதிலெல்லாம் மனிதர்கள் உள்ளே செல்ல முடியாது. போகவும் கூடாது.

இந்தியாவில் பெரும்பாலும் குப்பைக் கூளங்களை அள்ளிக்கொண்டு வந்து சாக்கடையில்தான் போட்டுவிடுகிறார்கள். குப்பைகளைக் கால்வாயில் கொட்டும் கலாச்சாரம் நம்மிடம் இருக்கிறது. ஒவ்வொரு வீட்டிலும் திடக் கழிவுகளைச் சாக்கடையில் கொட்டி அடைத்து விடுகிறார்கள். சிங்க்கில் ஏதேனும் அடைத்துக்கொண்டால் குச்சியை வைத்துக் குத்தித் தெருச் சாக்கடையில் தள்ளுகிறார்கள். அதெல்லாம் எங்கோ சென்று அடைத்துக்கொள்கிறது. அங்கும் சென்று இவையெல்லாம் அடைத்துக்கொள்ளும்தானே. நம் வீட்டைச் சுத்தமாக வைத்துக் கொள்வதுடன் நம் வேலை முடிந்துவிட்டது என்று நினைத்துக் கொள்கிறோம். இதெல்லாம்தான் விஷவாயுவாக மாறிக் கீழே வேலை செய்யும் எளிய மனிதர்களின் உயிரைப் பலி வாங்குகிறது. மூனு பேரு உள்ளே இறங்கி வேலை செய்வார்கள். ஒரு பெல்ட் அல்லது கயிற்றில் இணைத்து உள்ளே அனுப்பினால் அவர்கள் அபாய ஒலி எழுப்பும்போது மேலே இழுத்துவிடலாம். அதுகூட இல்லாத காரணத்தால்தான் உதவி செய்ய இன்னொருவர் உள்ளே செல்வார். அதன்பின் இன்னொருவர் இப்படி அடுத்தடுத்து உள்ளே சென்று உயிரை இழக்கிறார்கள். இதுதான் தொடர்ந்து நடந்துகொண்டிருக்கிறது.

இந்திய ரயில் சேவையிடம் ஒரு லட்சத்து எழுபத்து நாலாயிரம் கோச்கள் இருக்கின்றன. ஒரு வருடத்திற்கு 500 பயோ கழிப்பறைகளை அவர்கள் செய்கிறார்கள். இப்படி மாற்றப்பட்டால் எப்பொழுது இலக்கை அடைவது? டிராக்கில் இருக்கும்போது, ஜங்ஷனில் இருக்கும்போது ரயில் கழிப்பறைகளைப் பயன்படுத்தக் கூடாது. ஆனால் அவசரம் எனில் பயன்படுத்தாமல் இருக்கமுடியாது. ஈரோடு, சேலம், அரக்கோணம் மாதிரியான சந்திப்புகளில் நிறைய நேரம் வண்டியை நிறுத்துவார்கள். அதிகாலையில் ஐந்து, ஆறு மணிக்கு இந்தச் சந்திப்புகளில் வண்டிகள் வந்து நிற்கும். அது இயற்கை உபாதைக்கான நேரம். அவசரத்தை யாராலும் அடக்க

முடியாது. அதனால் பயன்படுத்துகிறார்கள். அந்த நேரத்தில் கிழே விழும் கழிவுகளை அகற்ற ஆட்களை வைக்கிறார்கள். ஆனால் ரயில்வே துறை எங்களிடம் யாரும் இதுபோல வேலை செய்யவில்லை என்று நிராகரிக்கிறார்கள். இந்தமாதிரி பலவிதமான துப்புரவுப் பணியாளர்கள் நம்மிடம் இருக்கிறார்கள்.

ஓரிடத்தில் இந்த முறையை ஒழித்துவிட்டோம் என்று நினைத்தால் இன்னொரு இடத்தில் புதிதாக உருவாகும். 2019க்குள் இருபத்தோராயிரம் கழிப்பறைகள் கட்டுவதற்குத் தீர்மானித்திருக்கிறார்கள். உறிஞ்சும் தொழில்நுட்பக் கருவிகள் இல்லையென்றால், இன்னும் இருபத்தோராயிரம் கழிப்பறைத் தொட்டிகளில் யார் இறங்கி வேலை செய்வார்கள்? இருக்கக் கூடிய முறையிலேயே நிறையப்பேர் உயிரிழக்கிறார்கள். கழிப்பறை எண்ணிக்கையைக் கூட்டினால் நிலைமை என்னவாகும்? இதையெல்லாம் அவர்கள் கொஞ்சம் யோசிக்கவேண்டும். அந்தோலன் மாதிரி அமைப்புகள் இதில் என்ன செய்ய முடியும்?

**பெமு: இயந்திரங்களைப் பயன்படுத்துவதில் அரசுக்கு என்ன பிரச்சினை?**

இந்த வேலையில் ஈடுபடுபவர்கள் பட்டியல் இனத்தவர்களாகவும் ஒடுக்கப்பட்ட விளிம்புநிலை மனிதர்களாகவும்தான் இருக்கிறார்கள். இந்த எளிய மனிதர்களின் குரல் வலிமையுடன் ஒலிக்காது. அரசியல் பிரதிநிதித்துவம் இவர்களுக்கு இல்லை. இவர்களின் சிக்கல்களைப் பேசக்கூடிய அரசியல்வாதிகளும் பெரிதாக ஒன்றும் செய்வதில்லை. இயந்திரங்களைப் பயன்படுத்துவதில் மூலதனம் தேவைப்படுகிறது. அரசியல்வாதிகளுக்குக் கமிஷன் கிடைக்கும் துறைகளும் ஓட்டு வங்கியும்தான் முக்கியம். இதுபோன்ற விஷயங்களைத் தேசத்தின் பிரச்சினையாகக் கருதமாட்டேன் என்கிறார்கள். நாட்டுப்பற்று, மொழிப்பற்றுதான் தேச உணர்வாக வெளிப்படுகிறது. ஆனால் எளிய மக்களின் மேம்பாட்டைத் தேசத்தின் நலனாக இவர்கள் கருதுவதில்லை.

இரண்டாவதாக, தோட்டிகள் துப்புரவுப் பணியைச் செய்வதில் தவறென்ன இருக்கிறது என்ற மனநிலை. அவர்களுடைய தொழிலை அவர்கள் செய்வதில் தவறென்ன இருக்கிறது என்ற மனநிலை நம்மவர்களிடம் இருக்கிறது. விவசாயத்தைச் செய்வதைப் போல, வீட்டில் பெண்கள்தான் வேலை செய்ய வேண்டும் என்பதைப் போல இவர்கள் இந்த வேலையைச் செய்வதில் தவறென்ன இருக்கிறது என்று நினைக்கிறார்கள். வேலைக்குச் செல்லும் பெண்களாக இருந்தாலும் வீட்டிற்கு வந்து – ஆண்கள் சுதந்திரமாக இருப்பார்கள் – மறுபடியும் வேலை செய்ய வேண்டும். அது ஆணாக

இருந்தாலும் சமூகமாக இருந்தாலும் தவறு நடக்கும்போது கண்டும் காணாமல் இருப்பது தவறு. துரதிர்ஷ்டவசமாக அந்த மனநிலை நம் நாட்டில் வேரூன்றியுள்ளது. நாம் எல்லாவற்றையுமே தவறாகப் புரிந்துகொண்டு அவற்றையெல்லாம் சரி என்று நினைக்கிறோம். சாதியையும் தேசப்பற்றையும் விட்டுவிட்டுப் பார்த்தால் நமக்கு இதெல்லாம் புரியும். ஆனால் இவையிரண்டும் நம்மைச் சுற்றி வளைத்துள்ளன.

**பெமு: தொண்ணூறுகளுக்குப் பிறகு தலித் இயக்கங்கள் எழுச்சி கண்டு பல விஷயங்களை முன்னெடுத்துள்ளார்கள். தலித் இயக்கங்கள் இதுபோன்ற பிரச்சினைகளில் கவனம் செலுத்தியுள்ளார்களா? எனில் அவர்களின் பங்கு இதிலென்ன?**

அருந்ததியர் அருந்ததியரின் பிரச்சினையைப் பேசுவது, பறையர் பறையர் பிரச்சினையைப் பேசுவது என்ற வகைமைகள் நிறையவே இந்தியாவில் நடந்திருக்கின்றன. அவரவரும் அவரவர் பிரச்சினையைப் பேசுவது என்றிருந்ததைக் கடந்து தலித் இயக்கங்கள் பொதுவாகப் பிரச்சினைகளைப் பேசவேண்டும் என்ற கருத்தைக் கொண்டுவந்தார்கள். இல்லையென்று சொல்ல முடியாது. தீண்டாமையை உடைக்க வேண்டும் என்றார்கள். பாபா சாகேப் அம்பேத்கர்ன்னு ஒருத்தர் இருந்திருக்காரு. அவர் இந்தப் பிரச்சினைகள் சார்ந்து பல விஷயங்களை முன்னெடுத்திருக்கிறார். அவர் வழியில்தான் இதெல்லாம் சாத்தியமாகும் என்பதையும் தெரியப்படுத்தினார்கள். நாங்கள்கூட அதனால்தான் அம்பேத்கர் ஒருவருடைய படத்தை மட்டுமே வைத்துக்கொள்கிறோம். அவர் உருவாக்கிய இந்திய அரசியல் சாசனம் சுதந்திரம், சமத்துவம், சகோதரத்துவம் என்பவற்றைச் சொல்கிறது. நாம் இன்னும் சுதந்திரம் என்பதையே தொடங்கவில்லையே. அதற்குப் பிறகுதானே சமத்துவம் சகோதரத்துவம் எல்லாம்.

அதெப்படி எல்லாரும் சமம்? இரவுணவு விருந்தில் ஒரு பணிப்பெண் நம்முடன் உட்கார்ந்து சாப்பிடுவது எப்படி முறையாகும், வித்தியாசம் இருக்க வேண்டும்தானே என்று ஒரு நீதிபதி இப்போதுகூடக் கேட்கிறார். அந்தளவுக்குத்தான் நம்மிடம் சமத்துவப் பிரக்ஞை இருக்கிறது. அடுத்ததாக, சொந்தச் சாதியில்தான் சகோதரத்துவம் செல்லுபடியாகும். இந்தியா சகோதரத்துவத்தோடு இருக்கிறது, நம் சமூகம் சகோதரத்துவத்தோடு இருக்கிறது என்று சொல்ல முடியாது. பிராமண சமுதாயம், ரெட்டி சமுதாயம், தலித் சமுதாயம் என்றுதான் இந்தியாவில் இருக்கின்றன. இவையெல்லாம் சமுதாயங்கள் இல்லையெனச் சொல்லிவிட முடியாது. அந்தந்தச் சமுதாயத்தில் சகோதரத்துவம்

நல்லமுறையில் நிலவுகிறதுதான். ஆனால் ஒரு வட்டத்திற்கு வெளியில் வர இவர்கள் விரும்புவதில்லை.

ஆறு லட்சத்து நாற்பதாயிரம் கிராமங்கள் இந்தியாவில் இருப்பதாகச் சொல்லுகிறார்கள். இதில் ஒரு கிராமம்கூடச் சாதியில்லாத கிராமம் கிடையாது. பிராமணர்கள் ஓரிடத்தில் வாழ்கிறார்கள். செட்டியார்கள் ஓரிடத்தில் வாழ்கிறார்கள். ஒவ்வொரு சாதியினரும் ஒவ்வொரு இடத்தில் வாழ்கிறார்கள். எல்லோரும் ஒரே இடத்தில் வாழும் சூழல் இன்னும் வரவில்லை. சமத்துவம் நிலவும் ஒரு கிராமம்கூட நம்மிடம் இல்லை. சூழல் முன்னேற்றம் அடையவில்லை. ஒரே இடத்தைத்தான் சுற்றி வருகிறோம். நம்முடைய முன்னெடுப்புகள், மாற்றத்திற்கான குரல், வளர்ச்சி எல்லாமும் இங்கேயே சுற்றிக்கொண்டிருக்கின்றன. அதனால சகோதரத்துவ எண்ணம் நம்முள் எழவில்லை. அப்படிச் சகோதரத்துவ எண்ணம் வந்துவிட்டால் துப்புரவுப் பணியாளர் முறை, தேவதாசி முறை உள்ளிட்ட எல்லாமும் இல்லாமல் போய்விடும்.

**பெமு: நீங்கள் பேசும்போது வீட்டிற்குள் ஏதேனும் அடைத்துக் கொண்டால் குச்சியை வைத்துக் குத்தி வெளியில் தள்ளுகிறார்கள், அதுவே மனிதர்கள் சாக்கடையில் இறங்கக் காரணமாகிறது என்றீர்கள். இது அனைவருக்கும் இருக்கவேண்டிய அடிப்படை அறிவு. இதையெல்லாம் கல்விமுறையில் கொண்டுவந்து கற்றுக்கொடுக்க வேண்டுமா? என்ன செய்யலாம்?**

பொதுவாக நம்முடைய கவனம் உணவுத் துறை சார்ந்து இருக்கிறது. உணவு தயாரிப்பதற்கு வேண்டிய பொருட்கள் வீட்டிற்கு வந்தால் போதும் என்றிருந்தது. பிறகு ஹோட்டல், மோட்டல், ரெஸ்டாராண்ட் என்று பாஸ்ட் ஃபுட், பேக்கிங் ஃபுட் என்று எங்கோ வந்துவிட்டோம். ஒரு நொடியில் தயாரிக்கும் உணவுகள் எனப் பெரிய முன்னேற்றம் உணவுத்துறையில் வந்துவிட்டது. சாப்பிடும்போது கூட நம்முடைய கலாச்சாரத்தில் ‘அன்னம் பர பிரம்ம சொரூபம்’ என பூஜை செய்து இதைக் கடவுள்தான் கொடுத்தார் என்று சாப்பிட ஆரம்பிக்கிறோம். உடலுக்குள் இவையெல்லாம் சென்று ஒரு வேதி மாற்றத்திற்கு உட்பட்டதும் வெளிவரும் கழிவுகளைத் திரும்பிப் பார்க்க நாம் தயாராக இல்லை.

உணவுகளை எப்படி அறிவியல் தொழில்நுட்பம் கொண்டு கையாள்கிறோமோ அதேபோலக் கழிவுகளையும் கையாள வேண்டும் என்பதை மறந்துவிடுகிறோம். சைவம், உயர்தர சைவம், அசைவம் என என்னென்னவோ விதமாக உணவு

வியாபாரம் வந்துவிட்டது. குறிப்பிட்ட சாதியினரின் ஆளுகைக்கு உட்பட்டுத்தான் உணவு வியாபாரம் இங்கு நடக்கிறது. உணவு வியாபாரம் குறிப்பிட்ட சாதியினரின் கைகளில்தான் இருக்கிறது. உணவு சந்தைப்பொருள் ஆகிவிட்டது. துப்புரவு சந்தைப்பொருள் ஆகவில்லை. துப்புரவுத் துறை தலித்துகளுக்கு ஒதுக்கப்பட்டது. ஆகவே இங்கு எந்த முன்னேற்றமும் இல்லை. அத்துறையில் அறிவியலோ தொழில்நுட்பமோ செய்முறையோ செய்நேர்த்தியோ எதுவும் இல்லை.

குறிப்பிட்ட உணவை வீட்டுக்கே வரவழைக்கச் செல்பேசிச் செயலிகள் எல்லாம்கூட வந்துவிட்டன. மனிதர்கள் இல்லாமல் தொழில்நுட்பம் கொண்டே இதையெல்லாம் செய்யமுடிகிறது. ஆனால் மனிதக் கழிவுகளை அகற்ற ஒரு இயந்திரத்தைக்கூட இவர்களால் கொண்டுவர முடியவில்லை. ஒரு துறையைப் பூஜை செய்கிறோம். இன்னொரு துறையை முகம் கொடுக்காமல் ஒதுக்கி வைக்கிறோம். இந்த மனநிலைக்குச் சாதிதான் முக்கியக் காரணம். இதுபோன்ற கருத்துகளை மக்களிடம் எடுத்துச்சென்று பேசி விவாதிக்க வேண்டும். சக மனிதர்களை இதுபோன்ற பணிகளில் ஈடுபடுத்தக் கூடாது என்பதை அவர்களுக்குப் புரியவைக்க வேண்டும்.

என்னுடைய அம்மா மாதிரி இவங்கதான் என்னைச் சுத்தப்படுத்தினாங்க என்று புனிதப்படுத்துவதாலும் ஒன்றும் நடக்காது. என்றுமே துப்புரவு செய்பவர் அன்னை ஆகிவிட முடியாது. இதுபோன்று புனிதப்படுத்துதலும் பெரிய குற்றம். இவர்களை அம்மா போன்றவர் என்று சொல்லுதலின் மூலம் தொடர்ந்து சுத்தப்படுத்திட்டே இரு என்று சொல்லாமல் சொல்கிறோம். காந்திகூட அதைத்தான் சொன்னார்.

'எனக்குப் புனர்ஜென்மம் இருக்கிறதோ இல்லையோ ... ஒருவேளை அப்படி இருந்தால் நான் தோட்டி குடும்பத்தில் பிறக்க வேண்டும் ...' என்று சொன்னார். புனர் ஜென்மம் இருக்கா இல்லையான்ற நிச்சயம் இல்லாத தன்மையில் அவர் பேசுகிறார். இருந்தா தோட்டியாகப் பிறக்க வேண்டும் என்கிறார். நமது எண்ணமோ மனிதர்கள் தோட்டிகளாக இருக்கக் கூடாது என்பதுதான்.

கோயம்புத்தூரில் மணி என்று ஒருவர் இருக்கிறார். அவர் துப்புரவுப் பணியில் டிரைவரா இருந்து இந்த வருசம் ஜூலை 31இல்தான் ஓய்வு பெற்றார். அவர்கிட்டப் பேசும்போது சொல்கிறார், 'இங்க பாருங்க, இது ரொம்பக் கொடுமையான

வேல. எப்ப வேண்ணாலும் சாவலாம்கிற நிலை. இதுல இவ்வளவு நாள் இருந்து எப்படி வந்தேங்கிறது ஆச்சரியமான விஷயம். எனக்கு ஒண்ணே ஒண்ணு என்னன்னா இந்த வேல யாருமே செய்யக் கூடாது. இன்னொரு ஜென்மம் இருந்தா இந்த மாதிரி வேல இருக்கவே கூடாது.' மணி என்ன சொல்றாருன்னா, இன்னொரு ஜென்மம் இப்படி இருக்கவே கூடாதுங்கறாரு.

பேரன் பேத்திகள எல்லாம் பக்கத்துல வெச்சிக்கிட்டு இருந்தாரு. அவுங்ககிட்ட 'நீங்க என்னவாக விரும்புறீங்க?' அப்படின்னு நாம கேட்கிறோம். குழந்தைகள் 'கலெக்டர், டாக்டர், சயிண்டிஸ்ட்'ன்னு ஏதேதோ சொல்கிறார்கள். மணி என்ன சொல்றாரு, ஆமா, யாருமே இந்த வேல செய்யக்கூடாது அப்படீங்கறாரு. கரம்சந்த் காந்தி சொல்றாரு தோட்டியாப் பொறக்கணும்னு. ரண்டு விதமான சிந்தனை தெளிவா இருக்குது. அதில ஒண்ணு புனிதப்படுத்துகிறது. நரேந்திர மோடியும்கூடத் 'துப்புரவுப் பணி என்பது அவர்களுக்கு ஆன்மிக அனுபவம்' அப்படீன்னுதான் சொன்னாரு. அவ்வளவு பெரிய அனுபவமா இருந்தா சொல்றவங்க ஏன் துப்புரவுப் பணியச் செய்யக் கூடாது?

**பெமு: ஆன்மீக அனுபவம்னு சொல்லிவிட்ட பிறகு ஆராய்ச்சி வேண்டாம்தானே?**

ஆமா... நமக்கு *food industry* இருக்குது, *sit industry* இல்ல. எந்த ஒன்றுக்குமே ஆராய்ச்சித்துறை இருக்கிறது. ஆனால் கழிவுகளை அகற்றும் துப்புரவுத் துறையில் ஆராய்ச்சிகள் இங்கு நடப்பதே இல்லை. நூற்று முப்பது கோடி மக்கள். எல்லோரும் ஆறு மாதத்திற்கு ஒருமுறையோ வருடத்திற்கு ஒருமுறையோ அல்ல, தினந்தோறும் கழிக்கிறோம். எல்லோருமே கழிவுகளை வெளியேற்றித்தான் ஆக வேண்டும். அதைச் சுத்தம் செய்ய ஒரு சாதி இருக்கிறார்கள், நமக்கென்ன என்று நினைக்கிறார்கள்.

பெரிய பெரிய அதிகாரிகள் எல்லாமும்கூட 'கழிவுகளை அகற்ற ஏதேனும் தொழில்நுட்பங்கள் இருக்கிறதா?' என்று என்னிடம் கேட்பார்கள். நாம்தான் படிக்காதவர்கள் என்று நினைத்தால் இவர்களும் இப்படி இருக்கிறார்களே என்று நினைத்துக்கொள்வேன். பிறகு 'அதையெல்லாம் நீயேதான் பார்த்துக்கணும். என்னய ஏன் கேக்கற' என்று சொல்ல ஆரம்பித்துவிட்டேன். நாம வேணும்னா திட்டலாம். ஆனா, அவங்க எதுவும் செய்ய மாட்டாங்க. அவர்கள் துப்புரவுத் துறையில் ஏதேனும் தொழில்நுட்பத்தைப் புகுத்தப் பார்க்கிறார்கள். விஞ்ஞானிகள், விமான வடிவமைப்பாளர்கள் எனப் பலரும்

வந்தார்கள். எல்லாமும் செய்ய மூன்று நாட்கள் உட்கார்ந்து பேசினார்கள், விவாதித்தார்கள்.

மலம், கழிவுகள் பற்றி யோசித்தால் மூளையானது அசுத்தம் ஆகிடுங்க. எல்லோரும் சந்தோஷமா இருக்கும்போது சில விஷயங்கள்தான் பேச முடியும். இதப் பத்திப் பேச முடியாது. இதைப் பேசுவதில் எல்லோருக்கும் தயக்கம். இதையெல்லாம் இதயத்திற்கு நெருக்கமாகச் செய்ய இவர்களால் முடியாது. நீங்கள் கட்டற்ற மனிதராக இருந்தால் மட்டுமே இதையெல்லாம் பேசவோ யோசிக்கவோ முடியும். உண்மையான மனிதனாக இருக்கும் பட்சத்தில் மட்டுமே இதையெல்லாம் ஒருவரால் யோசிக்க முடியும்.

**பெமு: உங்களுக்கு ரமோன் மகசேசே விருது வழங்கப்பட்டது. அந்தச் சூழல் பற்றிச் சொல்லுங்கள்.**

*ரொம்பக் கஷ்டம். ரொம்பவும் மனக்கஷ்டம் ஆகிவிட்டது. என்ன செய்யறதுன்னு புரியல. அதுக்கும் முன்னாடி நெறையப் பேரு விருது கொடுத்தாங்கதான். இந்திய அரசாங்க விருது உட்பட எதையும் நான் வாங்கவில்லை. பத்ம பூஷன், பத்ம விபூஷன் விருதுக்கு எல்லாம் கடிதம் வந்தது. அந்தச் சமயத்தில் செல்பேசி எல்லாம் இல்லாமல் கொஞ்ச நாட்கள் டெல்லிக்கு வெளியில் சென்றுவிட்டேன். நான் பிரதிநிதி மட்டும்தான். இன்றைக்குக்கூடப் பத்திரிகையாளர் சந்திப்புக்காகச் சிலர் என்னைக் கூப்பிட்டார்கள். ஆனால் களத்தில் இறங்கி வேலை செய்யும் மக்கள் இல்லாமல் நான் எங்கும் வரமாட்டேன். இந்த வேலையைத் தொடங்கி ஏறக்குறைய 35 வருடங்கள் ஆகிவிட்டன. இத்தனை வருடங்களில் SKA சார்பில் நடந்த பொதுச் சந்திப்புகள் மூன்று மட்டும்தான். மேடையில் துப்புரவுப் பணியாளர்கள்தான் உட்காருவார்கள். எல்லோரும் மேடைக்கு வந்து பேசிவிட்டுச் சென்று விடுவார்கள். பிரதமரைச் சந்தித்ததும் அப்படித்தான். நான் அவர்களுடன் இருக்கிறேன். ஆனால் இந்தப் போராட்டம் அவர்களுக்கானது, அவர்களுடையது.*

*வட இந்திய மாநிலங்களில் ஒரு லட்சம் துப்புரவுப் பணியாளர்கள் இந்த வேலையை விட்டுவிடுகிறோம், எங்களுக்கு இழப்பீடும் மாற்று ஏற்பாடுகளும் செய்து தாருங்கள் என்று கேட்டார்கள். அரசாங்கம் ஒன்றுமே செய்யவில்லை. ராஜஸ்தான் மாநிலத்தில் இந்த வேலையிலிருந்து சிலர் வெளியில் வந்துவிட்டார்கள். அப்படி வெளியில் வந்தவர்கள் மாவட்ட ஆட்சியரின்*

அலுவலகத்தின் முன்பு குப்பைக் கூடைகளைப் போட்டு எரித்துவிட்டார்கள். போகும்போது ‘பந்த் கரோ பந்த் கரோ. மேரா பிரதான் பந்த் கரோ’ என்று கோஷமிட்டுச் சென்றார்கள். இதன் அர்த்தம் ‘விட்டுடு விட்டுடு இந்த வேலைய விட்டுடு’ என்று சத்தம் எழுப்பினார்கள். ‘இலை தழை சாப்பிட்டுக்கூடப் பிழைத்துக்கொள்ளலாம். இந்தப் பிழைப்பு நமக்கு வேண்டாம்’ என்பதாக அவர்களுடைய கோஷம் இருந்தது. இதுபோன்ற குரலெழுப்பிய பிறகு மறுநாள் பக்கெட் எடுத்துக்கிட்டுப் போய் மலம் எல்லாம் அள்ளணும்னா அவர்களுக்கு மனதில் கலக்கம் உண்டாகிறது என்பதால் தானாகவே அவர்கள் வேலையை விட்டுவிட்டார்கள்.

இந்த வேலையைச் செய்யக் கூடாது என்று எப்போதுமே சொல்ல மாட்டோம். இதைச் செய்வதால் என்னென்ன கொடுமைகள் என்று மட்டும் சொல்லுவோம். இதை என்னுடைய பெற்றோர்கள் செய்ததால் பள்ளியிலும் சமூகத்திலும் எனக்கு என்னென்ன நடந்தது, அதன் பாதிப்புகள் என்ன என்பது பற்றிச் சொல்வோம். அவ்வளவுதான் சொல்வோம். தற்காலிக வேலையிலிருந்து நிரந்தரமாக்குவோம்னு சொன்னா அவங்களுக்குத் தலைவராகலாம். வேல செய்யக் கூடாதுன்னு சொன்னா எப்படி? அதனால் இந்த வேல செய்யக் கூடாதுன்னு சொல்ல மாட்டோம். கஷ்டத்தச் சொல்வோம். இப்படி சொல்லிச் சொல்லிச் சொல்லிச் செய்வது மிகக் கடினம். முதலில் இதையெல்லாம் நீ செய்துட்டு இருந்தா உன்னச் சாகடிச்சிடுவாங்க என்றார்கள். இவர்களிடம் சென்று நீங்க தைரியமா இந்த வேலைய விட்டுட்டீங்க, உங்க பாஷையில எனக்கு எதுவும் சொல்லத் தெரியல, ஆனா உங்களப் பார்த்தா எனக்கு ரொம்ப சந்தோஷமா இருக்கு என்று சொல்லிவிட்டு வாய்விட்டு அழுதுவிடுவேன். அதைப் பார்த்து அவர்களும் நெகிழ்ந்துபோவார்கள். யாராவது உண்மையிலேயே விருது கொடுக்கணும்னா ... தைரியமாக வேலையை விட்ட அவர்களுக்குத்தான் கொடுக்க வேண்டும்.

செய்யத் தகுதிகள் இருக்கிறது என்பதைத் தவிர நான் நீ என்று நினைக்கிறதே தவறு. ஆனா இந்த எல்லாத்தையும் தூக்கிப் போட்டுவிட்டு சுயமரியாதைதான் முக்கியம் என்று யோசிக்கும் தைரியமும் மனநிலையும் மிக முக்கியம். அந்த மாதிரி ஒரு விஷயத்தை என்னால் செய்ய முடியாது. ஆகவே எந்த விருதாக இருந்தாலும் அந்த மக்களுக்குத்தான் செல்ல வேண்டும். அவர்கள் செல்லக் கூடிய வரிசையின் ஏதோ ஒரு கடைசியில் நான் வேண்டுமென்றால் நின்றுகொள்ளலாம். ஆனால் தகுதி அவர்களுக்குத்தான் இருக்கிறது.

இப்போ நம்ம அலுவலகத்தில் ஒரு பையன் இருக்காரு. 2005இல் இருந்து ஏறக்குறையப் பதினைந்து வருடங்களாக நம்முடன் இருக்கிறார். ஐந்தாவது வரையிலும் ஒரு கான்வெண்டில் படித்திருக்கிறார். அவரது பெற்றோர்கள் துப்புரவாளர்கள்தான். ஐந்தாவதுக்குப் பிறகு ஒரு ஷூ கம்பெனியில் வேலைக்கு அனுப்பிவிட்டார்கள். ஷூவைத் துடைத்து வைக்கும் வேலைதான் அவருக்கு. நன்றாகவே செய்திருக்கிறார். கம்பெனியின் முதலாளிக்குக் காலை வணக்கம் சொல்லி இருக்கிறார். பதிலுக்கு அவர் வணக்கம் சொல்லவில்லை என்பதால் இவருக்குக் கோபம் வந்திருக்கிறது. முதலாளியிடம் சென்று கேட்டிருக்கிறார். 'உனக்கு வணக்கம் சொல்றதுதான் என்னோட வேலையா? நீ என்கிட்ட வேலைக்கு இருக்குற. குட்மார்னிங் சொல்லணுமா சொல்லு. அதுக்கு நான் பதில் சொல்லத் தேவையில்ல' என்று அவர் சொல்லியிருக்கிறார். 'நானும் உங்கிட்ட வேலை செய்யத் தேவையில்ல'ன்னு வேலையை விட்டுட்டு வந்துட்டாரு. பிறகு அவங்க அம்மா இங்கக் கொண்டுட்டு வந்து விட்டுட்டாங்க. அவர் பேரு சச்சின். அவர் இங்கதான் இருக்காரு.

நம்முடைய அலுவலகத்தில் பூட்டு கிடையாது. ஒருமுறை மட்டும் கொஞ்சம் பணம் தவறிவிட்டது. அப்புறம் நான் எல்லாரையும் கூப்பிட்டுச் சொல்லிட்டேன். இதுபோலப் பணம் எங்கியாச்சும் இருந்துச்சுன்னா எடுத்துட்டுப் போறது நல்லா இருக்காது. இனிமே பணம் இருக்கற டிராயரப் பூட்ட மாட்டோம். டேபிள் மேலயே வைக்கிறோம். யாருக்கு வேணுமோ எடுத்துக்கோங்க. ஆனாக் காரணத்தை எழுதிட்டு எடுத்துட்டுப் போங்க என்று சொன்னோம். நாம விசாலமா வாழறதுக்காக வெக்கல. பயணப்படி, சாப்பாடு போன்றவற்றிற்காக வைக்கிறோம். பூட்டு எல்லாவற்றையும் எடுத்துவிட்டோம். எது ஒன்றுக்குமே இங்கு பூட்டு இல்லை. யாருக்கு எது தேவையோ எடுத்துச் செல்லட்டும். மிச்சம் இருப்பதை வைத்து நாம் சமாளிப்போம்.

ஒருநாள் சச்சினுக்குத் தொலைபேசி வந்தது. நாங்கள் மணிலாவிலிருந்து பேசுகிறோம் என்று ஆங்கிலத்தில் பேசி இருக்கிறார்கள். சச்சினுக்கு இங்கிலீஷ் தெரியாது. ஆகவே இந்தியில் பதில் சொல்லிவிட்டு ஃபோனை வைத்திருக்கிறார். தொடர்ந்து நான்கு நாட்களுக்கு இப்படி ஆகியிருக்கிறது. எனக்கு ரிலையன்ஸ் ஃபோன் மட்டும்தான் இருக்கு. ஈமெயில், வாட்ஸ் ஆப் எல்லாம் இல்லை. ஒருநாள் அவர்கள் ஒரு எஸ்.எம்.எஸ். அனுப்பினார்கள். 'உங்களுக்கு ஒரு சந்தோஷமான செய்தியைச் சொல்ல வேண்டும். தயைகூர்ந்து அழையுங்கள்' என்றிருந்தது. அவர்களை நான் கூப்பிடவில்லை. மறுபடியும் குறுஞ்செய்தி

வந்திருந்தது. நான் ஈமெயிலில் வரும் லாட்டரி விளம்பரம் போல இதுவும் இருக்கும் என்று நினைத்துவிட்டேன். ஈமெயில்லதான் வந்துட்டு இருந்துச்சு, இப்போதெல்லாம் எஸ்.எம்.எஸ்ல கூட வர ஆரம்பிச்சிடுச்சா என்று நினைத்துக்கொண்டேன். கடைசியாக 'சஃபாயி ஆந்தோலனுக்கு ஒரு நற்செய்தியைப் பகிர வேண்டும். எங்களைத் தொடர்பு கொள்ளுங்கள்' என்று வந்தது. இது என்னவா இருக்கும் பார்க்கலாம்னு நானும் அவர்களைக் கூப்பிட்டேன்.

'எங்களுடைய அறக்கட்டளை நிறுவனர்கள் 15ஆம் தேதி சந்தித்துப் பேச இருக்கிறார்கள். அவர்களுக்கு நாங்கள் தகவல்களை அளிக்கவேண்டும்' என்றார்கள். எனக்கு எதுவும் புரியவில்லை. பிறகு இந்த வருடம் உங்களுக்குத்தான் விருதளிப்பதாக இருக்கிறார்கள் என்றெல்லாம் சொன்னார்கள். 'ஆகட்டும், நமக்கு அதிலெல்லாம் ஆர்வம் இல்லை' என்று மட்டும் சொல்லி வைத்துவிட்டேன். அவர்கள் மறுபடியும் தொலைபேசியில் அழைத்து 'இந்த விருதைப் பற்றி நீங்கள் புரிந்துகொள்ள வேண்டும். இது உயர்வான விருது' என்று சொன்னார்கள். நான் ஏழு பெண்களைச் சொல்லுகிறேன், நீங்கள் அவர்களுக்கு இந்த விருதைக் கொடுங்கள் என்றேன். அது சார்ந்து நான் நிறுவனர்கள் சந்திப்பில் பேசுகிறேன் என்றார்கள்.

பதினைந்து நாட்களுக்குப் பிறகு மறுபடியும் தொலைபேசியில் அழைத்து 'நாங்க ஒரு கடிதம் அனுப்புறோம். அதை நீங்கள் வாங்கிக்கொள்ள வேண்டும். எப்பொழுது இருப்பீர்கள்' என்று கேட்டார்கள். சனிக்கிழமை தொலைபேசியில் கேட்டார்கள். திங்கட்கிழமை 9 மணிக்கு நான் இருப்பேன் என்று அவர்களுக்குக் கூறினேன். 9 மணிக்கு எங்களுடைய நபர் வருவார். நீங்கள்தான் கடிதத்தைப் பெற வேண்டும். வேறு யாரும் பெற முடியாது என்று சொன்னார்கள். அதே போல ஒருவர் வந்தார். பிரித்துப் பார்த்துப் பயந்துவிட்டேன். இதைக் கொடுத்துட்டாங்க, என்ன செய்யிறதுன்னு பயந்துட்டேன். பதினைந்து நாட்களில் மகசேசே விருதையும் அறிவித்துவிட்டார்கள்.

காலையில் துணியை இஸ்திரிக் கடையிலிருந்து வாங்கச் சென்றபோது செய்தி பரவியது தெரிந்துவிட்டது. பத்திரிகையாளர்கள் கூடிவிட்டார்கள். பின்வாசல் வழியாக சச்சினைக் கூப்பிட்டு அவரிடம் சொல்லிவிட்டு அங்கிருந்து வந்துவிட்டேன். யாருக்கும் தெரியாமல் இருக்கும் இடத்தில் தட்டினைக் கழுவிக்கொண்டிருந்தேன். என்னைத் தேடிக்கொண்டு அங்கு வந்துவிட்டார்கள். தட்டினைக் கழுவுவது போலப் புகைப்படம் எல்லாம் எடுத்துவிட்டார்கள். அதை அப்படியே பத்திரிகையில் போட்டுவிட்டார்கள். என்னுடைய வாழ்க்கையே

தொலைந்துவிட்டது. என்னுடைய வெட்கம், கூச்சம் எல்லாவற்றையும் ஒரே நாளில் தீர்த்துவிட்டார்கள். இந்த விருதை ஏற்றுக்கொள்வதாக இதுவரை அவர்களுக்குக் கடிதம் எழுதவில்லை. அவர்கள் அனுப்பிய கடிதத்தைப் பெற்றுக் கொண்டதாகத்தான் தகவல் அனுப்பினேன்.

பணத்தை அனுப்ப வங்கிக் கணக்கு எண்ணைக் கேட்டார்கள். என்னிடம் எதுவும் இல்லை. எனக்கு எப்பொழுது யார் பணம் கொடுத்தாலும் *SKA* கணக்கில் சேர்த்துவிடுவேன். வேறொரு என்.ஜி.ஓவின் வங்கிக் கணக்கைக் கொடுக்கலாம் என்றால் மகசேசே அறக்கட்டளை அதை ஏற்காது என்பதால் பணம் வேண்டாம் என்று சொல்லிவிட்டேன். பிறகு அறக்கட்டளை நிறுவனர்கள் ஒன்றுகூடிப் பேசிப் பின்னர் பணத்தை அனுப்பி வைத்தார்கள். அதைப் பார்த்தால் தங்கம், தொகை எல்லாம் எவ்வளவு என்று குறிப்பிட்டிருந்தார்கள். அதைப் பார்த்து என்ன செய்வதென்றே தெரியாமல் முழித்தோம். நம் கையில் எதுவும் இல்லை.

**பெமு: தமிழ்ல இந்த அளவுக்கு எப்படிப் பேசுறீங்க? அதற்கான சூழல் எப்படி அமைந்தது?**

தமிழ்நாட்டில் கொஞ்சம் போல வேலை செய்திருக்கிறேன். மொழி அதுவா வந்துடும். நேபாளத்துக்குச் செல்லும்போதுகூட அந்த மொழியில் ஐம்பது அறுபது வார்த்தைகள் தெரிந்திருந்தால் பேசிப் பழகிவிடலாம். எனக்கு எந்த மொழியிலும் நிறைய வார்த்தைகள் தெரியாது. இலக்கண சுத்தமும் இருக்காது. தெரிஞ்சத வச்சிப் பேசிட வேண்டியதுதான். உரையாடலை ஆரம்பிக்கும்போதே சொல்லிவிடுவேன். நான் பேசக்கூடிய மொழி இப்படித்தான் இருக்கும். புரிஞ்சிக்கிறதும் புரியாம போறதும் உங்களிடம்தான் இருக்கிறது என்று. ஹிந்தி, ஆங்கிலம்ன்னு எல்லா மொழியும் அப்படித்தான்.

எந்த மொழியையும் நான் படித்துத் தெரிந்துகொள்ளவில்லை. பேசிப்பேசித்தான் தெரிந்துகொண்டேன். ரெண்டு மூனு நாள் அந்த மொழியைப் புழங்கினால் ஓரளவிற்குச் சரளம் வந்துவிடும். இப்பொழுதுகூட இரண்டு நாட்களாக உங்களுடன் தமிழில் பேசிக்கொண்டிருக்கிறேன். இல்லையேல் இந்த வாய்ப்பு எனக்குக் கிடைக்காது. இப்போ நீங்க போன பிறகும் ஒரு நாளுக்கு இந்தத் தமிழ் வார்த்தைகள் என்னுடைய உரையாடலில் மற்றவர்களிடம் வந்துவிடும். பெங்காலி கொஞ்சம் வரும். நான் படிச்சது எல்லாம் ஆந்திராவுலதான். கன்னடம் கொஞ்சம் போலத் தெரியும். கன்னடத்தை விடத் தமிழ் கொஞ்சம் நல்லா வரும். சில வார்த்தைகள் தெரியாது. ஆனாலும் தமிழ் நல்லாவே பேசிடுவேன்.

**பெமு: தமிழ்நாட்டில் இந்தத் தொழிலாளர்கள் மத்தியில் வேலை செய்தீர்கள்தானே? அங்கு இந்தத் தொழிலாளர்கள் நிலையும், அரசாங்கத்தின் அணுகுமுறையும் எப்படி இருக்கிறது?**

2010 வரையிலும் தமிழ்நாடு நன்றாகவே இருந்தது. இன்னொரு முக்கியமான விஷயம் ஒரு தலைமைச் செயலர் நினைத்தால் ஒரு விஷயத்தைக் கடைநிலை ஊழியர் வரையிலும் கண்காணித்துச் செய்யும் ஓர் அமைப்பு ஒழுங்கு தமிழ்நாட்டில் உள்ளது. கடந்த சில ஆண்டுகளாகத்தான் அந்த ஒழுங்கு தமிழ்நாட்டில் இல்லை. மற்ற மாநிலங்களில் இதுபோலச் சொல்வதற்கு இல்லை. யாருக்கு யார் உத்தரவிட வேண்டும், எந்த வேலையை யார் செய்ய வேண்டும் என்ற எல்லா வழிமுறைகளும் தமிழ்நாட்டு அரசில் இருக்கிறது. அது போல மற்ற மாநிலங்களில் இல்லை. ஒரு விஷயம் நடக்குது, நடக்காம போகுது என்பதெல்லாம் வேறு விஷயம். ஆனால் அதற்கான வழிமுறை இருப்பது பாராட்டுவதற்குரியது. துப்புரவுத்தொழில் சார்ந்த கவனம் சமீப காலங்களில் இங்கு இல்லை. இது நல்லதற்கில்லை. சில ஆண்டுகளுக்கு முன்புவரை தமிழ்நாடு உதாரண மாநிலமாக இருந்தது. நல்ல முன்னேற்றம் அடைந்திருக்க வேண்டும். ஆனால் அப்படி நடக்காமல் போனது. இப்போது தமிழ்நாடு எது சார்ந்து கவனம் செலுத்துகிறது என்பதுகூடத் தெரியவில்லை.

**பெமு: முப்பது ஆண்டுகளுக்கும் மேலாக இந்தப் பொதுச் சேவையில் இருக்கிறீர்கள். உங்கள் மனதைப் பாதித்த சம்பவங்களைப் பற்றியும் மனதில் பதிந்திருக்கும் சில துப்புரவுப் பணியாளர்களைப் பற்றியும் சொல்லுங்கள்.**

விஷயம் என்னன்னா, நாங்கெல்லாம் நெறைய கஷ்டத்துல தான் பிறந்து வளர்ந்தோம். அதனால கஷ்டம் வந்து அவ்வளவாக் கவனத்துல இருக்காது. எங்களுக்குக் கஷ்டங்கள் வாழ்க்கையில் ஒரு பங்காகிவிட்டது. அப்புறம் வாழ்க்கையில நம்ம யாராச்சும் அவமானப்படுத்துவார்கள். அது குறைவாக நடந்திருந்தால் நமக்கும் கவனத்தில் இருக்கும். ஆனால் காலை முதல் மாலை வரை இந்த அவமானம் எங்களுடன் இருப்பதால், நிறையச் சம்பவங்கள் எனக்கு நினைவில் இல்லை. எது நடந்தது, என்ன ஆனதென்று தெரியவில்லை. அதே நேரத்தில் நல்ல சம்பவங்கள் மட்டும் பசுமையாக நினைவில் இருக்கும். ஏனெனில் அது எப்பொழுதாவது ஒரு நாள் நடக்கும். நல்லதும் சுகமும் மிகக் குறைவாக இருப்பதால் அவை ஞாபகத்தில் இருக்கும்.

**பெமு: நானும் நல்ல நினைவுகளைப் பற்றித்தான் கேட்கிறேன். மனதைப் பாதித்த நெகிழ்வான தருணங்களைப் பற்றித்தான் கேட்கிறேன். நீங்கள் சந்தித்த பணியாட்களில் மிக நல்ல மனிதர்கள் பற்றி... அதுபோன்ற சம்பவங்கள் பற்றி.**

*நிறையப் பேர் இருக்கிறார்கள். நாராயணம்மா ஆகட்டும், பிச்சம்மா ஆகட்டும், அம்பாலாவுல இருக்கும் சரோஜ் தீதி, பீகாரைச் சேர்ந்த கீதா தேவி, சப்ராவில் வசிக்கும் சரண், லக்னோ விமலாதேவி. அப்புறம் உத்திரப் பிரதேசத்துல சிலர் இருக்கிறார்கள். இவர்களிடம் வித்தியாசமான குணங்களை நான் பார்த்திருக்கிறேன். ஒரு தேசியத் தலைவர் ஆவதற்கான எல்லாத் தகுதிகளும் அவர்களிடம் இருக்கின்றன. அவர்களுக்குக் கிடைத்த தாழ்வான இந்த வாழ்வை வைத்துக்கொண்டு, அதில் இருந்துகொண்டே புரட்சியைச் செய்கிறார்கள். ஒடுக்குமுறையை எதிர்க்கிறார்கள்.*

*அந்த எதிர்ப்பையும் கூட அவர்கள் நினைக்கும் விதத்தில் செய்கிறார்கள். கொடியைத் தூக்கிக்கொண்டு வீதிகளில் நடப்பது ஒரு முறை. ஊர்வலம் போவது ஒரு முறை. வேலைநிறுத்தம் செய்வது ஒரு முறை. குரலெழுப்பி முழக்கமிடுவது ஒரு முறை. ஆனால் நான் படியலிட்ட பெண்கள் எல்லோரும் அவர்களே போராட்ட முறைகளைத் தயார் செய்துகொண்டிருக்கிறார்கள். வேறு முறையில் அவர்கள் எதிர்த்துப் புரட்சி செய்கிறார்கள்.*

*இதில் என்ன நடக்கிறதென்றால், நம்மிடமுள்ள ஓர் எல்லைக்குட்பட்ட அறிவுத்தளத்தில் இதை அணுகுகிறோம். அவர்கள் நம்முடன் சேர்ந்து போராட்டத்தில் ஈடுபடவில்லை என்று நினைக்கிறோம். இது நம்முடைய அறியாமை. ஆனால் அவர்கள் இதை எதிர்த்துப் பேசுகிறார்கள். அவர்கள் இந்த அவலத்தை எதிர்த்துப் போராடுகிறார்கள். புரட்சி செய்கிறார்கள்.*

**பெமு: என்ன மாதிரியாகச் செய்கிறார்கள் என்று விரிவாகச் சொல்ல முடியுமா?**

*ராமக்கான்னு ஒருவர். அவருக்கு எட்டு, ஒன்பது வயதிருக்கும்போதே அப்பா, அம்மாவுடன் மலம் அள்ளும் தொழிலில் ஈடுபடுகிறார். அம்மா, அப்பாவிற்கு உடல்நலம் சரியில்லாதபோது அவர்களுடன் துப்புரவுப் பணிக்குச் செல்கிறார். அவ்வாறு வேலைக்குச் சென்றுவிட்டுத் திரும்பி வரும் வழியில் ஊரின் அருகில் ஒரு கோயில் இருக்கிறது. அந்தக் கோயில் மலையின் உச்சியில் உள்ளது. அதில் இருக்கும் கடவுளைப்*

பார்த்துக் கல்யாணம்ன்னு ஒண்ணு நடந்தா, வரக் கூடிய கணவர் இந்தத் துப்புரவுப் பணியைச் செய்பவராக இருக்கக் கூடாது என்று வேண்டிக்கொள்கிறார். அம்மாவும் அப்பாவும் இந்த வேலையைச் செய்வதால் கூடவே செல்லவேண்டி இருக்கிறது. கல்யாணம் ஆகிறது என்னும்பொழுது இதில் ஒரு மாற்றம் வரணும்ன்னு கடவுளிடம் கேட்கிறார்.

கொஞ்சநாள் கழித்து அவருடைய அப்பா இறந்துவிடுகிறார். அம்மாவும் தனியாளாகிறார். பன்னிரண்டு, பதின்மூன்று வயதிலேயே இவருக்குச் சொந்த மாமாவையே கல்யாணமும் செய்து வைக்கிறார்கள். தாய்மாமாவோ சொந்தத்தின் வழியி லேயோ ஏதோ ஒன்று. கொஞ்சம் வயசானவரு. ஆனால் இந்த வேலையில்தான் இருக்கிறார். கல்யாணம் வேண்டாம் என்று ராமக்கா அழுது அடம்பிடிக்கிறார். ஊரும் குடும்பமும் அதற்கான காரணத்தைக் கேட்கிறது. இந்த மாதிரி வேலையை அவர் செய்றாருன்னு சொல்லி இருக்கிறார். அது மற்றவர்களுக்குப் பிரச்சினையாக இல்லை. மலம் அள்ளும் தொழிலாளியைத் திருமணம் செய்துகொள்ளக் கூடாது என்பதுதான் அவரது வாழ்வின் லட்சியம். அவருடைய கனவே இப்படி ஒரு விஷயம் நடக்கக் கூடாது என்பதுதான். ஆனால், அவர் எது நடக்கக் கூடாது என்று நினைத்தாரோ அதுதான் நடந்தது. அதிலிருந்து கடவுள் வழிபாட்டையே விட்டுவிட்டேன் என்று அவர் சொல்லுகிறார்.

அதுதான் உண்மையிலேயே போராட்டம். கடவுளிடமிருந்து தூரமாக இருப்பவர்கள் கடவுளிடம் ஒரு பந்தம் வைத்துக் கொண்டிருக்கிறார்கள். கடவுள் என்ற ஒரு விஷயம் இருக்கிறதோ இல்லையோ! ஆனால் அதனுடன் இவர்கள் சம்பந்தம் வைத்திருக்கிறார்கள். அதுவே ஒரு போராட்டம். அவர்கள் சொல்லியது கடவுளுக்குக் கேட்கவில்லை என்பதால், 'நீ எனக்குத் தேவையில்லை' என்று கடவுள் வழிபாட்டையே விட்டுவிட்டார். இதைப் பகிர்ந்தபோது அவங்களுக்கு அறுபது வயதிருக்கும். அதிலிருந்து கடவுளைக் கையெடுத்துக் கும்பிடுவதையே நிறுத்திவிட்டேன். கடவுளைத் தூக்கித் தூர எறிந்துவிட்டேன் என்றார்கள். இதைவிடப் புரட்சியை வேறு யார் செய்யமுடியும்?

அரசியல்வாதி சத்தியம் செய்வார். ஆட்சியில் இருக்கும் ஐந்து வருடங்களில் அவர் கொடுத்த வாக்கில் ஒன்றைக்கூட நிறைவேற்றவில்லை என்றாலும் மக்கள் அவர் பின்னால் ஓடுகிறார்கள். ஆனால் இவர் கடவுளிடம் ஒன்றைக் கேட்கிறார். அதற்கு மாறாக நடக்கிறது. அப்படியிருக்கும் பட்சத்தில் இனி என் வாழ்வில் இது வேண்டாம் எனக் கடவுளைத் தூக்கித் தூர

எறிகிறார். இதைச் சொல்லும் போது அவர் சாதாரணமாகத்தான் கூறினார். எனக்கு அது பெரிய புரட்சியாகத்தான் நினைக்கத் தோன்றியது.

இதற்கு ஆத்திகம், நாத்திகம் என நாம் பெயர் சூட்டுகிறோம். அவர்களிடமே இதைப் பற்றிக் கேட்டேன். இதுபோல இருப்பதற்கு நாத்திகம் என்பார்கள். எந்த மதத்தையும் நாத்திகர்கள் நம்புவதில்லை என்று. மதத்திற்கும் கடவுளுக்கும் என்ன சம்பந்தம் என்று அவர் கேட்டார். இதென்னாடா இவர் பெரிய தத்துவவாதியாக இருக்கிறார். கடவுளுக்கும் மதங்களுக்கும் என்ன சம்பந்தம் என்று கேட்கிறார் என்று பிரமிப்பாக இருந்தது. நம்முடைய அறிவுத்தளத்தில் கடவுள்தான் மதம், மதம்தான் கடவுள் என்று நினைக்கிறோம். இரண்டும் ஒன்றில் ஒன்று பிணைந்தது என்பதுதானே நமக்குத் தெரிந்தது. அப்படித்தானே நாமும் நம்புகிறோம். என் முன்னால் உலவக்கூடிய மிகப் பெரிய தத்துவவாதியாகத்தான் அவர் தெரிந்தார்.

அவர் தனது வேலையை எப்படிச் செய்கிறேன் தெரியுமா என்று கேட்டார். (படம் வரைந்து விளக்குகிறார்.) தொட்டி இங்க இருக்கும், இப்படி ஒரு வழி இருக்கும், இங்க சுவர் இருக்கும், ஏன்னா இங்கிருந்து இங்க யாரும் பார்க்க முடியாது. அவ்வளோதான். இங்க கதவு எல்லாம் இருக்காதுதானே! இந்த மாதிரிதான் பழைய கழிப்பிடம் அங்க இருக்குற மாதிரி இருக்கு. இங்க ஜனங்க எங்க வேணும்னாலும் போயிட்டு மலம் கழிச்சிட்டு வரலாம். இவங்க ஒரு பக்கெட், ரெண்டு தொடப்பம், ஒரு ஸ்டீல் மெட்டாலிக் முறத்த எடுத்துட்டுப்போய் அதச் சேகரிக்கணும். இதுதான் அவங்க வேலை. அப்புறம் தொடப்பத்துல கிளீன் செய்துட்டு வந்துடணும். ஏற்கனவே மலம் கழித்த இடத்தில் ஒரு கோடு போட்டுட்டு வரணும். இப்போ சூப்ரவைசர் போயிப் பார்க்கணும்.

கோடு போட்ட அடையாளம் இருந்தால் அவர்கள் இடத்தைத் துப்புரவு செய்திருக்கிறார்கள் என்று அர்த்தம். அவ்வாறு காலையில் சுத்தம் செய்த இடத்தில், கோடு இருந்த இடத்தில் வேறு யாரோ சென்று மறுபடியும் மலம் கழித்திருக்கிறார்கள். சுத்தம் செய்த இடத்தை மீண்டும் சுத்தம் செய்யமாட்டேன் என்று சூப்ரவைசரிடம் அவர் சொல்லியிருக்கிறார்.

மனிதர்களாகிய நாம் அவர்களை மலம் அள்ளும்படி செய்துவிட்டோம். அவர்களுடைய இயலாமையாக இருக்கலாம், நம்முடைய ஒடுக்குமுறையாக இருக்கலாம், இந்தச் சாதியில் பிறந்துவிட்டதால் அவர்கள் செய்துதான் ஆகவேண்டும் என்ற எண்ணமாக இருக்கலாம், கர்வத்தினால் கூட இதையெல்லாம்

அவர்களைச் செய்ய வைக்கிறோம். அவர்கள் மீது இதைத் திணிக்கிறோம்.

ஆனால் அந்தம்மா தனது முடிவில் உறுதியாக இருந்திருக்கிறார். மலம் உலரும் வரை அதைத் தொடமாட்டேன் என்பதில் தெளிவாக எதிர்த்திருக்கிறார். வேறு யாருமே இந்த மாதிரி எதிர்ப்பைக் காட்டவில்லை. எதிர்ப்புக்கு ஒரு முறையானது நமக்கிருப்பதால், அவர்கள் எதிர்ப்பு எதையும் காண்பிக்கவில்லை என்று நாம் நினைக்கிறோம். ஆனால் அதைச் செய்ய அவர்களுக்கான ஒரு முறை இருக்கிறது.

இன்னொருவருடைய பெயர் சல்சல் என்று நினைக்கிறேன். வேறு பெயராகவும் கூட இருக்கலாம். சரியாகப் பெயர் நினைவிலில்லை. முனிசிபாலிட்டியில் அவர் வேலை செய்கிறார். தலைமை அதிகாரி அங்கிருக்கிறார். கழிப்பறை சரியாகச் சுத்தம் செய்யப்படவில்லை என்று சொல்லியிருக்கிறார். இவரும் சென்று முழுவதுமாகச் சுத்தம் செய்துவிட்டு வந்திருக்கிறார். மறுநாளும் அவர் இன்னொரு பணியாளர் அதே போலச் சரியாகப் பணி செய்யவில்லை என்று வருகைப் பதிவேட்டில் ஆப்சென்ட் போட்டிருக்கிறார். எதற்காக அவருக்கு ஆப்சென்ட் போடுறீங்க என சல்சல் அந்த அதிகாரியிடம் கேட்டிருக்கிறார். ஏதோ கொஞ்சம் சரியில்லாம இருந்திருக்கும். மறுபடியும் கழுவச் சொன்னாச் சுத்தமாயிடப் போகுது. நீ என்ன பெரிய லீடர் மாதிரி செய்யிறியே என்று சல்சலைத் திட்டி அனுப்பியிருக்கிறார்.

மறுநாள் சல்சல்லின் முறை என்பதால் அவர் வந்து சுத்தம் செய்திருக்கிறார். இவருக்கும் அதேபோல ஆப்சென்ட் போட்டிருக்கிறார். தன்னால் அதிகாரியை எதிர்த்து எதுவும் செய்யமுடியவில்லை எனத் திட்ட ஆரம்பித்திருக்கிறார். இவன் என்ன பெரிய இதா, அதா, புடிங்கியா, அவனா இவனா என்றெல்லாம் திட்ட ஆரம்பித்திருக்கிறார். சிலபேர் அதிகாரியிடம் சென்று இதைப் பற்றிச் சொல்லி இருக்கிறார்கள். யாரும் கழிப்பறையைச் சுத்தம் செய்யாதீங்க. அவர் என்ன செய்யிறாருன்னு பார்க்கலாம் எனச் சல்சல் உடன் பணிபுரியும் எல்லோரிடமும் சொல்லியிருக்கிறார்.

நீ இப்படிச் சொல்ற, தலைமைச் செயல் அதிகாரி வந்தாருன்னா, அவருக்குதான் எல்லோரும் குடை பிடிப்பாங்க. அந்தக் காலத்துல உயர்அதிகாரிக்கு அப்படிக் குடை பிடிப்பார்கள். எதிரில் வருபவர்கள் அவரைப் பார்த்துவிட்டு ஓடுவார்கள். பேசுவதுகூடத் தூரமாக நின்றுகொண்டு கத்திக் கத்தித்தான்

பேசுவார்கள். அதிகாரிக்குப் பின்னல் இருப்பவர்தான் இவர்களிடம் பேசுவார்.

'சார் கேக்குறாரு, அந்தக் கக்கூஸ் கழுவுனியா?'

'ஹாங் கழுவுனேஞ் சாமி.'

இப்படித்தான் உரையாடல் இருக்கும். இப்படி இருக்கும் ஒருவரை எதிர்த்துக்கொண்டு நிற்கிறார். உடன் இருந்தவர்களும் சரி என்று சொல்லிவிட்டார்கள். தகரத்தை வெட்டிக் கத்திபோல் செய்யப்பட்ட கருவி அவர்களிடம் இருக்கும். களச் செடி எல்லாம் இருக்கும் இல்லையா? அதையெல்லாம் இந்தக் கத்தியை வைத்துகொண்டு அவர்கள் அடிக்கவேண்டும். அதைக் கையில் வைத்துக்கொண்டு இன்னைக்கு அவரைக் கொலை செய்யாம விடமாட்டேன் என்று கத்தி இருக்கிறார். என்னதான் நடக்கிறது என்று வேடிக்கை பார்க்க ஜனம் திரளாக அவர் பின்னால் செல்கிறார்கள். தூரத்தில் இருந்தே கத்திக்கொண்டு அதிகாரியை நோக்கிச் சென்றிருக்கிறார்.

சல்சல் ரொம்பவும் முரடன், என்ன செய்வான் என்றே எனக்குத் தெரியாது என்று அதிகாரியின் உதவியாளர் சல்சல் கத்திக்கொண்டு வருவதைப் பார்த்துச் சொல்லியிருக்கிறார். குடையையும் தூக்கிப் போட்டுவிட்டு அவர் ஓடி இருக்கிறார். தலைமை அதிகாரி போலீசுக்குத் தகவல் சொல்லியிருக்கிறார். இது 1940–50களில் நடந்த சம்பவம். இவர்கள் யாரும் எதிர்ப்பே செய்யவில்லை என அறியாமையில் நாம் பேச ஆரம்பிக்கிறோம்.

இந்த மாதிரி விளிம்புநிலைச் சமூகத்திலிருந்து எதிர்ப்பைத் தெரிவித்த நிறையப் பேர் இருக்கிறார்கள். அவையெல்லாம் ஆவணப்படுத்தப் படவில்லை. அதேபோலக் கவனப்படுத்தவும் படவில்லை. இவர் கத்தியை எடுத்துக்கொண்டு வந்ததால் மக்கள் எல்லோரும் பாராட்டுகிறார்கள். அது ஒரு புரட்சியாகிறது. அந்தம்மா துடைப்பத்த எடுக்க மாட்டேன்னு சொல்லுச்சி பாருங்க. இந்த ரெண்டுமே ஒண்ணுதான். அவரவர் எல்லைக்கு உட்பட்டு அவர்கள் எதிர்ப்பைத் தெரிவித்திருக்கிறார்கள்.

இது மாதிரி விஷயங்களை நிறையக் கேட்கும்போது, ராமக்கா செய்த புரட்சியில் ஒரு சதவீதம் கூட நம்மால் செய்ய முடியவில்லை என்று தோன்றும். அதுதான் நமக்கு ஆற்றலையும் உத்வேகத்தையும் கொடுக்கிறது. அவர்களுக்கு முன் நாம் ஒன்றுமே இல்லை. பெற்றோர் கைநீட்டிக் காண்பிப்பவரைத் திருமணம் செய்துகொள்ள வேண்டும். மாட்டேன் என்றால் அங்கொரு புரட்சி. எல்லா இடத்திலும் எதிர்த்து நின்றார்கள். அதிலெல்லாம்

அவருக்கு வெற்றி கிடைக்கவில்லை. அதிலும் தெளிவாக நாம் யோசித்தால், வெற்றி என்பது கூட நாமாகக் கட்டமைக்கும் ஒரு விஷயம். வெற்றி என்பது என்ன? எதிரில் இருப்பவர் தோற்றுவிட்டால், அதை நாம் வெற்றியாகக் கருதுகிறோம். அது எப்படி வெற்றியாகும். ஆகவே வெற்றி என்பது நாமாகக் கட்டி எழுப்பிய எண்ண மாயை.

எங்களைப் பொறுத்த அளவில் வெற்றி என்பது அடிமைத்தனத்திற்கு அடிபணியாமல் இருப்பது. யாராவது உன்னை அடிமையாக்க நினைத்து ஒடுக்கினால், அப்படி இருக்கமாடேன் என்று எதிர்த்து நிற்பதே பெரிய வெற்றிதான். அது புரட்சி மட்டுமல்ல, வெற்றியும்தான். ஆகவே, இதுபோன்ற எளிய மனிதர்களின் வெற்றியை நாம் பொருட்படுத்திக் கவனிக்காமலும் பாராட்டாமலும் விட்டுவிட்டோம்.

உத்திரபிரதேசம் போன்ற பகுதிகளில் பத்து வருடங்களாகத் துப்புரவுத் தொழிலாளர்களுக்கு எந்தப் புனரமைப்பு வசதிகளும் செய்து தரப்படவில்லை. அடுத்த வேளை சாப்பாட்டிற்கே வழியில்லாத போதும் அந்தப் பணியைத் துறந்து வெளியில் வந்துகொண்டே இருக்கிறார்கள். அதன் பிறகு போராடித்தான் அவர்கள் பிழைக்கவேண்டி இருக்கிறது. அவ்வாறு வெளியில் வந்தும் மக்கள் கவன ஈர்ப்புப் போராட்டங்கள் எதையும் அவர்கள் செய்வதில்லை. என்றாலும் இதெல்லாம் கூடப் போராட்டம்தான். விளிம்புநிலை மக்களுக்கும் தீண்டத்தகாதவர்களுக்கும் ஒவ்வொருநாள் வாழ்வுமே போராட்டம்தான் என்பதையும் நாம் நினைவில் கொள்ள வேண்டும். இதெல்லாம் ஒருநாள் போராட்டம் இல்லை. முழுவாழ்வுமே அவர்களுக்குப் போராட்டம் நிறைந்ததுதான்.

மே 9ஆம் தேதி இந்தியத் தேசிய அளவில் முழுக் கடையடைப்பு என்றால் அதைத்தான் போராட்டமாகக் கருதுகிறோம். நம் மக்கள் எல்லா நாட்களிலும் போராட்டங்களை எதிர்கொண்டுதான் வாழ்கிறார்கள். இந்தக் குழுக்களில் அவர்களைப் பற்றிக் கொஞ்சம் தவறான புரிதல்கள் ஏற்படுகின்றன. அயல்நாடுகளில் அடிமைகளும் ஆண்டைகளும் இருப்பார்கள். இந்தியாவைப் பொறுத்தவரை யார் உன்னுடைய ஆண்டை என்பதையே கணிக்க முடியாது. ஆண்டையின் துணை யாரென்றும் நமக்குத் தெரியாது. பல்வேறு அடுக்குகளில் இவர்களை நாம் எதிர்கொள்ள வேண்டும். போராட்டங்கள் கவனப்படாமல் போக இதுவே காரணம். மேலும் தனிநபர்கள் எதிர்ப்பானது ஒரே இடத்தில் நடப்பதல்ல. ஆகவே எல்லோருக்கும் இதெல்லாம் தெரியவராது. என்றாலும் போராட்டங்கள் தீவிரமாகத்தான் இருக்கிறது.

**பெமு: இந்த மாதிரி வேலைகளுக்குப் போகமாட்டேன் என்று வெளியில் வந்து வேறு வேலைகளுக்குப் போனவர்கள் எல்லாம் இருக்கிறார்களா?**

எண்ணிக்கையில் சொல்ல முடியாத அளவிற்கு நிறையப் பேர் இருக்கிறார்கள். லட்சக்கணக்கில் இருக்கிறார்கள். அவர் களைப் பற்றிய குறிப்புகளையும் புள்ளி விவரங்களையும் நாம் எடுப்பதில்லை. எழுத நினைத்தால் அவர்கள் ஒவ்வொருவருக்குமே தனித்தனியாகப் பெரிய கதை இருக்கும். இவர்களில் ஒருவர் உடலில் மண்ணெண்ணெய் ஊற்றிக்கொண்டு போராடினால் அதைப்பற்றி எழுதுகிறோம். உண்மையில் இந்த லட்சக்கணக்கான தொழிலாளிகளும் இந்த வேலை எனக்குத் தேவையில்லை என்று தூக்கிப் போட்டவர்கள். அதைப் பற்றி நாம் எழுதுவதில்லை. அரசாங்கத்தின் மூலம் வெளியில் வந்தவர்கள் இரண்டு சதவிகிதம்தான் இருப்பார்கள். மற்ற எல்லோரும் சுயமாக இதிலிருந்து வெளியில் வந்தவர்கள். இந்த முப்பது, நாற்பது வருடங்களில் நடந்த மிக உன்னதமான விஷயமாக இதைக் கருதுகிறேன். நிறைய மாற்றங்கள் எல்லா இடங்களிலும் நடந்திருக்கின்றன.

மனதின் வலி என்னவெனில், எதை நீங்கள் வெறுக்கிறீர்களோ, எதற்கு எதிராக நிற்கவேண்டும் என்று நினைக்கிறீர்களோ, அதுவே உங்கள் வாழ்வின் இன்றியமையாத ஒன்றாக இருக்கிறது. எதை விடவேண்டுமோ, எது உனக்குத் தேவையில்லை என்று சொல்ல வேண்டுமோ அதனால்தான் உனக்குச் சாப்பாடு கிடைக்கிறது. இது எப்படியென்றால் கிளையின் நுனியில் அமர்ந்துகொண்டு அதையே வெட்டுவது போன்றதொரு செயல். இந்த வாழ்வும் போராட்டமும் அப்படித்தான்.

இந்த வேலையைச் செய்யமாட்டேன் என்றால் சாப்பாடு இல்லை, உடுத்தத் துணி இல்லை, கிடைக்கும் சொற்பப் பணமும் கிடைக்க வழி இருக்காது, அந்த இடத்தில் ஒரு ஐ.ஏ.எஸ் அதிகாரி இருந்தாலும் இதுபோன்றதொரு முடிவை எடுக்க மாட்டார்.

வேலையை விடத் தைரியம் வேண்டும் அல்லவா? உயிர் இருந்தால் உப்பை விற்றாவது பிழைத்துக்கொள்ளலாம் என்றுதான் அவர்களும் சொல்லுகிறார்கள். இதற்கு மாறாகச் சிலர் வேலையக் காப்பாத்திக்கணும் என்றும் சொல்லுகிறார்கள். மலமோ குப்பையோ எதுவாக இருந்தாலும் பரவாயில்லை. இந்த வேலையக் காப்பாத்திக்கணும் என்று சொல்லுகிறார்கள். இந்த இரண்டின் மத்தியில்தான் இவர்களுடைய வாழ்வியல் போராட்டங்கள் இருக்கின்றன.

பொதுச்சமூகம் இதைப் பற்றியெல்லாம் யோசிப்பதே கிடையாது. அப்படி யோசிக்க வேண்டும் என்றால் நீங்களும் அவர்களில் ஒருவராக இருக்க வேண்டும். இல்லையேல், இது என்னால்தான் நடந்தது, இதை நான்தான் செய்தேன், நான்தான் இவர்களுக்கு வாழ்வு கொடுத்தேன் என்று அதில் ஓர் அடையாளத்தைத் தேடத்தான் முன்னிற்கிறார்கள். அவர்களுடைய போராட்டத்தில் அவர்களுக்காகத்தான் நாம் நிற்கிறோம் என்ற உணர்வு நமக்கு இருப்பதில்லை. அந்த மனநிலை வந்துவிட்டால் போராட்டங்கள் பற்றிய விஷயங்கள் வெளியில் வரும். இல்லையேல் ரட்சகர்கள் நிறையப் பேர் வந்துவிடுவார்கள். அவர்தான் போராடும் மக்களுக்கு வாழ்வைக் கொடுத்தார் என்பதாகக் கதையே மாறிவிடும். இவர்கள்தான் வாழ்வதற்கு உயிர் கொடுத்தார்கள் என்பதாக மாறிவிடும். உண்மையில் அவர்களிடம் உயிர் நிறையவே இருக்கிறது. வெளியிலிருந்து யாரும் சென்று அதைக் கொடுக்க வேண்டியதில்லை. சுயமரியாதை அவர்களிடமே இருக்கிறது. அதையெல்லாம் வெளியிலிருந்து யாரும் கொடுத்துவிட முடியாது.

இன்னொரு வகையில் வாக்குக் கொடுத்தால் அதற்காக வாழ்க்கையையே விட்டுவிடுகிறார்கள்.

**பெமு: எப்படி?**

தொண்ணூற்று ஒன்பது சதவீதத் துப்புரவுத் தொழிலாளி களுக்கு வாங்கும் சம்பளம் நிறைவாக இருக்காது. ஆகவே வட்டிக்குப் பணம் வாங்குவார்கள். வாங்கிய பணத்தைக் காட்டிலும் வட்டி இரண்டு மூன்று மடங்காகும். வாங்கிய பணத்தைத் திருப்பி விடுகிறேன் என்று வாக்குக் கொடுத்ததால் சம்பாதிக்கும் பணம் முழுவதையுமே அவர்களுக்குக் கடனை அடைக்கக் கொடுத்துவிடுகிறார்கள். வீட்டு வாசலில் வந்து நின்று பணத்திற்காக ஒருவர் பெருங்குரலில் பேசினால் அது மரியாதைக்கு உகந்ததல்ல என்று கருதுகிறார்கள். அந்தச் சுயமரியாதையைக் காத்துக்கொள்ள வாழ்க்கையையே தொலைத்துவிடுகிறார்கள். நூறு ரூபாயைக் கடனாகப் பெற்றதற்கு இருநூறு ரூபாய்க்கு மேலும் பணத்தைக் கட்டுகிறார்கள். இதை எதிர்த்து அவர்கள் ஒன்றுமே வட்டிக்காரர்களிடம் பேசுவதில்லை. கொடுத்த வாக்கு அவர்களை உள்ளே இழுத்துவிடுகிறது.

இந்தியா முழுவதிலுமே பாருங்கள், வட்டிக்குக் கடன் கொடுப்பவர்கள் அதிகமாக முனிசிபாலிட்டியில் இருப்பவர் களாகத்தான் இருப்பார்கள். எல்லா முனிசிபாலிட்டியிலும் ஒரு

பத்து பேர் இருப்பார்கள். மற்ற எல்லாத் தொழிலாளிகளையும் உறிஞ்சி இவர்கள் பெரும்பொருளைச் சேர்த்தவர்களாக இருப்பார்கள்.

**பெமு:** எவ்வளவு வட்டி கேட்டாலும் கொடுத்துவிடுவார்களா? கொடுக்க மாட்டேன் என்று சொல்ல மாட்டார்களா?

அப்படிச் சொல்லத் தெரியாது. என்ன சொல்லுவாங்கன்னா, திருப்பிக் கொடுக்குறேன்னு வாங்கிட்டோமே. இப்போ எப்படிக் கொடுக்க மாட்டேன்னு சொல்றது. அவங்களா நம்ம வீட்டுக்கு வந்து கொடுக்கலியே. நாமாத்தானே அவங்ககிட்டக் கேட்டு வாங்குனோம் என்றெல்லாம் யோசிப்பார்கள்.

இதெல்லாம் எனக்குப் புரியவே இல்லை. நானாக இருந்தால் இதுபோலச் செய்யமாட்டேன். சம்பாதிக்கும் பணம் முழுவதையும் கொடுத்துவிட்டு என்னுடைய பிள்ளை, குட்டிகளைச் சாகடிக்க முடியாது என்று சொல்லிவிடுவேன். ஆனால் தொண்ணூற்று ஒன்பது சதவிகிதம் தொழிலாளர்கள் கடனில்தான் வாழ்கிறார்கள். எனக்குக் கடன் இல்லை என்று சொல்லக்கூடியவர்கள் மிகக் குறைவுதான்.

**பெமு:** இந்தச் சமூகத்தில் படித்து வேறு வேலைகள் தேடிக்கொண்டு சென்றவர்கள் இந்தச் சமூகத்துடன் தொடர்பில் இருக்கிறார்களா?

இந்தச் சமூகத்தின் அருகில் வரக்கூடப் பயப்படுகிறார்கள். இந்தச் சமூகத்தின் பொது மதிப்பீடுகள் சார்ந்து மக்களின் பார்வைகள் வேறுமாதிரி இருப்பதால், விலகித்தான் இருக்கிறார்கள். நெருங்கிவர அச்சப்படுகிறார்கள். அவர்களிடம் கூச்சமும் இருக்கிறது. இதையெல்லாம் நம்மால் செய்ய இயலாது என்றும் நினைக்கிறார்கள். இதைச் சரி செய்யவும் இயலாது என்று கருதுகிறார்கள். இதெல்லாம் புரையோடிப்போன விஷயமாத்தான் நினைக்கிறார்கள். அப்படி யாராவது முன்னின்றால் சந்தோஷம்தான்.

இந்தச் சமூகத்தில் படித்து முன்னுக்கு வந்த யாராவது என்னைக் கூப்பிட்டால் நான் போகமாட்டேன். நான் அவர்களிடம் செல்லுவதை விட அவர்களை இங்கு வர வைக்கவேண்டும் என்று நினைக்கிறேன். அங்கே போக ஆரம்பித்தால் அதில் விழுந்து நானும் இங்கிருப்பதை மறந்துவிடுவேனோ என்று பயப்படுகிறேன். தங்கும் வசதி, சாப்பாடு, உபசரிப்பு எல்லாம் அவர்கள் நிறைவாகக் கொடுப்பார்கள். அதனால் அவர்களிடம் எப்பொழுதுமே நான் நெருங்கிச் செல்லமாட்டேன். இதுவரையிலும் யார் கூப்பிட்டும் நான் சென்றதில்லை. யார் கொடுக்கும் சன்மானத்தையும்

பெற்றுக்கொண்டதில்லை. நிறையப் பேர் அன்புடன் அழைத்திருக்கிறார்கள்.

**பெமு: எந்தச் சமூகத்திலிருந்து முன்னேறினார்களோ அவர்களுடன் எந்தத் தொடர்பையும் வைத்துக்கொள்வதில்லையா?.**

இல்லை. ரொம்ப அதிகமாகத் தொடர்புகள் எதையும் வைத்துக்கொள்வதில்லை. இரண்டாவதாக அவர்களிடம் நான் கேட்பதெல்லாம் அறிவுத்தளத்தில், கல்விச் செயற்பாட்டிலாவது உதவி செய்யுங்கள் என்றுதான். அதற்கு யாரும் முன்வருவதில்லை. வால்மீகி மகோத்சவம் போன்ற விழாக்களுக்குப் பண அன்பளிப்பு கொடுப்பார்கள். விழா தினங்களில் வந்து மாலை மரியாதையை, சிறப்பித்தலை ஏற்றுக்கொண்டு சென்றுவிடுவார்கள். பண அன்பளிப்பைத் தருவதால் மக்களும் அவர்களைக் கொண்டாடுவார்கள்.

இதிலிருந்து மாறுபட்டு இந்தச் சமூகத்தின் வாழ்வை மேம்படுத்தவேண்டும், இங்கு வந்து மக்களுடன் மக்களாகப் பணியாற்றவேண்டும் என்று யாரும் நினைப்பதில்லை. அப்படிப் படித்தவர்கள் முன்வந்திருந்தால் இந்த மக்களுக்கு இருக்கும் ஒரு சமூக இடைவெளியைக் கல்வியால் இட்டு நிரப்பியிருக்கலாம். நாளுக்கு நாள் அந்த இடைவெளி அதிகமாகிக் கொண்டுதான் செல்கிறது. பொதுமக்களிடமிருந்து மட்டுமே இவர்கள் விலக்கி வைக்கப்பட்டவர்களாக இருப்பதில்லை. அதே சமூகத்திலிருந்து படித்து முன்னேறிய மக்களாலும் இவர்கள் புறக்கணிக்கப்படுகிறார்கள் என்பதுதான் உண்மை. மேலே சென்றவர்கள், கீழிறங்கி வரத் தயாராக இல்லை. அதுவும் பெரிய பிரச்சினைதான்.

அம்பேத்கர் சொன்னது போலச் சமூகக் கடமையைத் திருப்பிச் செலுத்தும் எண்ணம் இருந்தால்தான் இது சரிவரும். துப்புரவுப் பணியாற்றும் சமூகத்தில் அந்த எண்ணம் அதிகமாக இருப்பதில்லை. இந்தச் சமூகத்தைச் சேர்ந்தவர்கள்தான் என்பதைப் பொதுவெளியில் வெளிப்படுத்தவே தயங்குகிறார்கள்.

**பெமு: அந்தோலன் சுய உதவிக் குழுவில் வேறு சமூகத்திலிருந்து சேவை செய்ய வருபவர்கள்தான் நிறையப் பேர் இருக்கிறார்களா?**

அப்படிச் சொல்ல முடியாது. சுய சமூகத்தைச் சேர்ந்த ஆட்கள்தான் பெரும்பாலும் இருக்கிறார்கள். மற்றவர்களும் பொருட்படுத்தக் கூடிய அளவில் உதவி செய்ய இருக்கிறார்கள். அறுநூறு பேர் இருந்தால் அதில் பத்து பேர்தான் முதுநிலை

வரையிலும் படித்தவர்களாக இருக்கிறார்கள். முனைவர் பட்ட ஆய்வு செய்தவர்கள் நான்கு பேர் இருக்கிறார்கள். இப்பொழுதுதான் இதுபோன்ற நிலை இருக்கிறது. முன்பெல்லாம் விரல்விட்டு எண்ணக்கூட முடியாது. படித்துவிட்டால் வெளியில் சென்றுவிடுவார்கள். இங்கிருக்கப் பிரியப்பட மாட்டார்கள்.

அந்தோலன் வெளியில் தெரிய ஆரம்பித்த பிறகு இங்கு வர விரும்புகிறார்கள். அவர்களுக்குத் தனி நபர்களாகவும், பொதுவாகவும் மேலான ஓர் அடையாளம் தேவைப்படுகிறது. இங்கு ஒரு சமூகம் இருக்கிறது, தொண்டு செய்யும் அமைப்பும் இருக்கிறது, அதன் செயல்பாடுகளுடன் இணைந்து ஆங்காங்கு செல்ல வேண்டும் என்று நினைக்கிறார்கள்.

அங்கிருந்தால் நீங்களும் பக்கெட்டை எடுப்பீர்கள், துடைப்பத்தை எடுப்பீர்கள், தன்னிச்சையாக வேலை செய்யக் களம் இறங்குவீர்கள். ராகுல்காந்தி அதை ஜுப்பிடர் வெலாசிட்டி என்பார். பூமியின் ஈர்ப்பு சக்தி எல்லாவற்றையும் இழுத்துக்கொண்டே இருக்கும்தானே. புவியின் ஈர்ப்பை விட ஜுபிடர் வெலாசிட்டி அதிகமாக இருந்தால்தான் கீழே உள்ள எல்லாம் மேலே செல்லும். அதுபோன்றதொரு சக்தியால்தான் இவர்கள் எல்லாம் மேலே சென்றிருக்கிறார்கள். அப்படி மேலே போகும் வழியும் அதன் பகுமானமும் அவர்களுக்குத் தெரிந்திருந்தது. ஆனால் மேலே இருந்து கீழே வரும் வழிமுறையும் பகுமானமும் அவர்களுக்குத் தெரிவதில்லை. சக்ரவியூகத்தில் அபிமன்யு சென்றது மாதிரிதான். உள்ளே செல்ல அவர்களுக்குத் தெரியும். வெளியில் வரும் முறை அவர்களுக்குத் தெரியாது.

சுய சமூகத்தின் உதவிகள் பெரிதாக ஒன்றும் இல்லை. அந்த சுய விமர்சனப் பார்வை வந்தால் நாம் இன்னும் கொஞ்சம் விசாலமாக யோசிக்கலாம். வெளியில் இருந்துதான் நிறைய உதவிகள் கிடைக்கின்றன. கண்ணுக்குத் தெரியாமல் இயங்கும் சக்திகள் தொண்ணூற்று ஒன்பது சதவிகிதம் இதே சமூகத்தைச் சேர்ந்தவர்களின் பங்களிப்பாகத்தான் இருக்க முடியும். ஆந்திரா, தமிழ்நாடு, கர்நாடகா, மத்தியபிரதேசம், பீகார், உத்திரப்பிரதேசம் என எல்லா மாநிலத்தில் இருப்பவர்களும் இதே சமூகத்தைச் சேர்ந்தவர்கள்தான். ஜம்மு காஷ்மீர்லயும் இதே சாதியைச் சேர்ந்தவர்கள் இருக்கிறார்கள். பிற்படுத்தப்பட்ட சமூகத்தைச் சேர்ந்தவர்களும் இருக்கிறார்கள்.

இருபத்திரண்டு நபர்கள் மாநிலப் பிரதிநிதிகளாக இருக்கிறார்கள். அதில் இருபது நபர்கள் மனிதத் துப்புரவுப்

பணியாளர் சமூகத்தைச் சேர்ந்தவர்கள்தான். இருநூறு நபர்கள் இந்தக் குழுவில் இருந்தால் நூற்றுத் தொண்ணூற்று ஆறு பேர் இதே சமூகத்தைச் சேர்ந்தவர்கள். நான்கு பேர்தான் வேறு சமூகத்தைச் சேர்ந்தவர்களாக இருப்பார்கள். ஆனால் டெல்லியில் மூன்று நபர்கள் வேற்று சாதியைச் சேர்ந்தவர்கள். மீதி பதினைந்து பேர் ஒரே சாதியைச் சேர்ந்தவர்கள். இதில் வேறு வேறு மொழிகள், மதங்கள் சார்ந்த ஆட்கள் இருப்பார்கள். ஆனால் ஜாதி ஒன்றுதான். உறுப்பினர் குழுக்களில் சில தலித் அல்லாதவர்களும் இருக்கிறார்கள். இதுபோலக் கலந்துதான் இருக்கிறார்கள்.

**பெமு: நீங்கள் களப் பணியாற்றச் செல்லும்போது இதே சமூகத்தைச் சேர்ந்தவர்களிடமிருந்தோ வேற்றுச் சமூக ஆட்களிடமிருந்தோ என்ன மாதிரியான எதிர்ப்புகளைச் சந்தித்திருக்கிறீர்கள்?**

முதலில் சொந்தச் சாதியில் இருந்துதான் நமக்கு எதிர்ப்பு வந்தது. இதென்ன புதுசா நீ பேசுற, ஏதோ ரகசியமா நீ செய்யிற, இதையெல்லாம் பெருசா நீ ஏன் செய்யுற என்பது மாதிரி எல்லாம் கேட்டார்கள். இதற்கு இரண்டு காரணங்கள் இருக்கலாம். ஒன்று, இயல்பிலேயே அவர்களுக்குக் கூச்சம். வெளியில் இதைப் பற்றிப் பேசுறது சங்கடம்தானே. மற்றொன்று, இதைப் பத்திப் பேசிப் பெரிய ஆள் ஆகிவிடுவார் என்பதால் வந்த பொறாமையாகக் கூட இருக்கலாம். இவர் என்னவோ இதையெல்லாம் பேசிப் பெரிய தலைவர் ஆகப் போறாரு என்று நினைத்திருக்கலாம். மேலும் இந்தச் சமூகத்தில் இருந்து எப்படி வெளியில் செல்ல வேண்டும், எதற்காக நாம் போராட்டம் செய்ய வேண்டும் என்ற எந்த இலக்கும் இவர்களிடம் இல்லை.

பக்கெட்டைப் பயன்படுத்திப் பயன்படுத்தி பழசாகி இருந்தால் புதிதாக பக்கெட் வேண்டும் என்று கேட்கவும் போராட வேண்டி இருக்கும். துடைப்பத்தை இரண்டு மாதங்களுக்கு ஒருமுறை மாற்றிக் கொடுக்க வேண்டும். ஒரு வருடத்திற்கு ஒருமுறைகூடக் கொடுக்க மாட்டார்கள். பயன்படுத்திப் பயன்படுத்தித் துடைப்பம் மிகக் குட்டையாக ஆகியிருக்கும். அதனால் ரொம்பவும் குனிந்து வேலை செய்ய வேண்டி இருக்கும். இடுப்பு எல்லாம் வலிக்கும். அதுக்கு ஒரு போராட்டம். சுத்தப்படுத்திக்கொள்ளச் சோப்பு கொடுக்கமாட்டார்கள். அதுக்கும் போராட்டம். அவர்களிடம் போய்ப் பேசினால் முதலில் இதைத்தான் சொல்லுவார்கள். இவர்களுடைய முதல் வெற்றியே அடிப்படை உரிமைகளைப் பெறுவதுதான். இந்தச் சமூகம் அதைக் கொடுக்கவே செய்யாது. இந்த அத்தியாவசியத் தேவைகளுக்குப் போராடுவதிலேயே அவர்களின் எண்ணம் முழுவதும் இருக்கும்.

சம்பளத்தை உயர்த்தித் தரவேண்டும் என்பது பொதுவாகவே தொழிலாளர்களின் போராட்டமாக இருக்கும். இந்தியா முழுவதுமே இது நடப்பதுதான். அதில் துப்புரவுத் தொழிலாளர்களின் போராட்டம் கொஞ்சம் வித்தியாசமாக இருக்கும். ஆறு மாதமாகச் சம்பளம் வரவில்லை, அதைத் தாருங்கள் என்று போராடுவார்கள். தன்னிறைவடைந்த நகராட்சி முதற்கொண்டு நலிந்த நகராட்சி வரையிலும் இதுதான் நடக்கிறது. துப்புரவுத் தொழிலாளர்களின் சம்பளத்தை உரிய நேரத்தில் உடனுக்குடன் வழங்குவதில்லை. மாநகராட்சிகள் உட்பட இதுதான் நிலைமை. ஆறு மாதம், எட்டு மாதம், பத்து மாதம் என இவர்களுடைய சம்பளங்கள் நிலுவையில் இருக்கும். இதுவெல்லாம் அரசு சார்ந்த ஊழியர்களிடம் நடக்குமா?

சம்பளத்தைச் சரியாகக் கொடுத்துவிட்டால் பிறகு போனஸ் கேட்டுப் போராடுவார்கள். சமூகவியல் ஆய்வாளர்கள் சொல்வதுபோல உணவும் உடையும் கிடைத்துவிட்டால் உறைவிடத்தைப் பற்றி யோசிக்கிறோம். அதுவும் கிடைத்துவிட்டால் சொகுசான வாழ்க்கை சார்ந்து யோசிக்கிறோம். அதுவும் கிடைத்துவிட்டால் சுயமரியாதை சார்ந்து யோசிக்கிறோம் என்பார்கள். சுதந்திரம் கிடைத்து இத்தனை ஆண்டுகளுக்குப் பிறகும் தங்களுக்குக் கிடைக்கவேண்டிய சம்பளப் பணத்தை உரிய நேரத்தில் பெறவே இவர்கள் போராட வேண்டி இருக்கிறது. இந்தத் தேதியில்தான் கொடுக்கவேண்டும் என்று அவர்கள் சொல்லவில்லை. அந்த மாதத்திலேயே எப்பொழுது கிடைத்தாலும் பரவாயில்லை என்றுதான் கோரிக்கை வைக்கிறார்கள்.

அவர்களுடைய சராசரி வாழ்வையும் கனவுகளையும் போலவே போராட்டங்களையும் ஒரு எல்லைக்குள் இருக்குமாறு கட்டுப்படுத்திவிட்டார்கள். இதனால் இலக்கு நோக்கி முன்னேறிச் செல்லும் போக்கே அவர்களிடம் இல்லாமல் போகிறது. துடைப்பம், பக்கெட், சோப்புன்னு போராட வேண்டி இருந்தால் மேன்மையான போராட்டக் கனவுகள் அவர்களிடம் எப்படித் தோன்றும்? இதையெல்லாம் கேட்டுக் கேட்டு என் வாயே வலிக்குதேப்பான்னுதான் சொல்லுவார்கள். போராட்டம் அவர்களிடம் இருக்கிறது. ஆனால் நாம்தான் அவர்களை மொன்னையானவர்களாக ஆக்கிவிட்டோம். நாம்தான் அவர்களை இப்படி உருவாக்கிவிட்டோம். ஆகவே இதை நாங்கள் செய்யமாட்டோம் என்ற இடத்திற்கு வர அவர்கள் பயணிக்கவே இல்லை.

சஃபாயி ஆந்தோலன் இதையெல்லாம் ஆராய்ந்து பார்த்து ஒரு புரிதலுக்கு வந்திருக்கிறது. நாம் செல்ல வேண்டிய இடம் வேறு என்பதையும் பயணிக்கவேண்டிய தூரம் நிறையவே

பெஜவாடா வில்சன் நேர்காணல்

இருக்கிறது என்பதையும் உணர்ந்து ஓர் இலக்கை நிர்ணயித்து விட்டோம். நீங்கள் உங்களுடைய அடிப்படை வசதிகளுக்காகப் போராடுங்கள், ஆனால் இறுதியாகச் சென்று சேர வேண்டிய இடம் வேறாக இருக்கவேண்டும் என்பதை இலக்காக நிர்ணயித்துவிட்டோம். இப்படிச் செய்த பிறகு 'துடைப்பம் என்னாய்யா துடைப்பம்'ன்னு சிலர் தூக்கிப் போட்டுவிட்டார்கள். பிரச்சினைகளுக்குத் தீர்வு காண அவரவரும் ஒரு திட்டத்தை உருவாக்கிக்கொண்டார்கள். அப்படி வெளியில் வந்தவர்கள்தான் தலைவர்களாக உருவானார்கள்.

நான் முன்னாடி சொல்லி இருந்தேன் இல்லையா! ராஜ் பீபி, சரோஜ் திதீ, கீதா தேவி, நாராயணம்மா போன்ற எல்லோரும் ஏற்கனவே இங்க வந்துட்டாங்க. அவர்களை நாங்கள் முக்கியமானவர்களாக வைத்துவிட்டோம். இத்தனை வருடங்களில் நாங்கள் எந்த மேடைகளிலும் உட்கார்ந்ததில்லை. அவர்களைத்தான் உட்கார வைத்திருக்கிறோம். ஏனெனில் அவர்களுடைய கனவை அவர்கள்தான் அடையவேண்டும். அவர்கள் பேசினாலும் பேசாவிட்டாலும் அவர்களைத்தான் முன்னிறுத்துகிறோம். ஒருவேளை அவர்கள் பேசாமல் மௌனம் காப்பதும் ஒரு பெரிய பேச்சுதான். ஏனெனில் அவர்கள் ஒரு இலக்கை ஏற்கனவே அடைந்துவிட்டார்கள். பேசுவதே ஓர் இடத்தை அடைவதற்காகத்தானே. அதை அடைந்த பிறகு பேசவில்லை என்றாலும் பரவாயில்லை. குறியீடு மாதிரி என்றுகூட வைத்துக்கொள்ளுங்கள். அதுவே ஒரு பெரிய பங்களிப்புதான்.

தற்காலிகப் பணியாளர் தொடர்ந்து பன்னிரண்டு மாதம் வேலை செய்துவிட்டால் அவரை நிரந்தப் பணியாளர் ஆக்கவேண்டும். சட்டம் அப்படிச் சொல்கிறது. இவர்கள் என்ன செய்வார்கள் என்றால், பதினோராவது மாதத்தில் அந்தப் பணியாளரை இடைநீக்கம் செய்துவிட்டு மறுபடியும் புதிதாகச் சேர்த்துக்கொள்வார்கள். பதினோரு மாதம் பதினோரு மாதமாக உடைத்துச் சேர்ப்பார்கள். அவர்களுடைய போராட்டம் என்னவாக இருக்கும், பன்னிரண்டு மாதங்களும் எனக்கு வேலை யைக் கொடு என்பதாகத்தான் இருக்கும். எங்களுடைய மக்களின் உள்ளுணர்வை இப்படித்தான் உடைக்கிறார்கள். மற்றவர்களுக்கு இணையாக, மேலாக யோசிக்கும் ஓர் இடத்தை அடைவதற்கு இப்படித்தான் நுட்பமான தடைகளை ஏற்படுத்துகிறார்கள்.

தீண்டத்தகாதவனாக, ஒடுக்கப்பட்டவனாக உன்னுடைய போராட்டங்கள் இதுவரையிலும்தான் இருக்க வேண்டும் என்று கண்ணுக்குத் தெரியாத ஓர் எல்லையை நிர்ணயித்துவிடுகிறார்கள். சாதிய நோக்கிலும் கட்டுப்படுத்துகிறார்கள். ஓர் இந்தியராகச்

சமத்துவம் வேண்டி நாம் குரலெழுப்ப முடியாது. நீதிக்காகவும் போராட முடியாது.நீதியும் சமத்துவமும் கிடைக்கும் பட்சத்தில் ஒரு புதுச் சமூகத்தை நாம் உருவாக்கிவிடலாம். ஆனால் தேய்ந்து போன துடைப்பத்திற்குப் பதில் புதுத்துடைப்பம் கிடைக்கப்பெறுவதையே நீதி கிடைத்த உணர்வை அளிக்குமாறு செய்துவிட்டோம். சாதிய அடுக்கின் படிதான் இவையெல்லாம் என்பதாக நிர்ணயித்துவிட்டோம். இவ்வாறு விளிம்புநிலை மனிதர்களைக் கையாளுதலைச் சாதிய மனோபாவம் நியாயப்படுத்திவிடுகிறது. அது சரியானதல்ல என்பது தெரிந்தாலும் நாம் தொடர்ந்து செய்துகொண்டேதான் இருக்கிறோம். சாதி இவ்வாறான கையாளுதலை நியாயப்படுத்திவிடுகிறது. மாற்றத்திற்கான பாதையையும் கேடயம் போலச் சாதி தடுத்துவிடுகிறது. இந்தச் சாதிய அணுகுமுறைதான் இந்தியச் சூழலின் மாற்றத்திற்கான சவாலாகவும் இருக்கிறது.

**பெமு:** ஆதிக்க சக்திகள், சாதிகளிடமிருந்து எந்த மாதிரியான எதிர்ப்புகள் உங்களுக்கு வந்தன?

முதலில் இதெல்லாம் இருக்கக் கூடாது என்ற எண்ணமே இங்கு இல்லை. இந்த வேலையே இருக்கக் கூடாது என்பதல்ல. கொஞ்சம் சுதாரித்துப் பாதுகாப்புடன் எப்படி இந்த வேலையைச் செய்வது என்று பார்க்க வேண்டும். கொஞ்சம் நிறைவான சம்பளம் கொடுத்தால் நல்லது. இதுபோன்ற வேலையைச் செய்ய யாராவது முன்வந்துதானே ஆகவேண்டும். ஆக, இந்தப் பணியை இல்லாமல் செய்வதல்ல எண்ணம்.

கல்வியாளர்கள், தத்துவவாதிகள் ஒரு யோசனையை விரிவாக்குவார்கள். அது கீழ்நிலை வரையிலும் செல்லும். துப்புரவுப் பணியாளர்கள் என்று வரும்பொழுது இவர்களெல்லாம் பணிச்சூழலின் சிக்கல்களை எழுதிவிட்டுச் சாதிக்க முடியாத ஏதோ ஒன்றைச் சாதித்துவிட்டது போல மகிழ்ந்தார்கள். துப்புரவுப் பணியாளர்கள் சார்ந்து யாரும் எதுவுமே செய்யவில்லை என்று சொல்ல முடியாது. புறக்கணித்துவிட்டார்கள் என்றும் சொல்லுவதற்கில்லை. சூழலின் போதாமைகள் குறித்தும் அவர்களின் இன்னல்கள் குறித்தும் நிறையப்பேர் முன்வந்து எழுதினார்கள். இதைப் பற்றி நிறையவே எழுதினார்கள். அந்த நேரத்தில் அதையெல்லாம் தவறென்றும் சொல்ல முடியாது.

இதனாலெல்லாம் என்ன நடக்கிறது? 'உங்கள் அம்மாவும் இந்த வேலையைச் செய்திருக்கிறார். நீங்களும் செய்கிறீர்கள். உலகில் வேறந்த வேலையைவிடவும் இது முக்கியமான பணி. இவர்களை நாம் வணங்கவேண்டும், பாராட்டணும்' என்பது

போலெல்லாம் காந்தி சொல்லியிருக்கிறார். ராணுவ வீரர்களுக்கு வணக்கம் வைப்பது போலத் துப்புரவுப் பணியாளர்களுக்கும் நாம் திமிர்த்த வணக்கங்களைச் செலுத்த வேண்டும் என்றெல்லாம் இப்பொழுது பரப்புகிறார்கள். இப்படியெல்லாம் சொல்லி அவர்களை நாம் அதே வேலையைச் செய்யும்படி மயக்கத்தில் தள்ளுகிறோம். இரக்கப்படுதலின் மூலம் அவர்களை மேலும் ஒரு விளிம்பு நோக்கித் தள்ளுகிறோம். இதைப் பார்த்தால் மாபெரும் குற்றமாகத்தான் எனக்குத் தோன்றுகிறது.

மற்றொரு கோணத்தில் பார்த்தால் அவர்கள் என்ன வேலை செய்யப் பணிக்கப்பட்டிருக்கிறார்கள் என்பதை அவர்களே உணர்ந்திருக்கவில்லை. இப்படியெல்லாம் மற்றவர்கள் பேசிக் கேட்பதன் மூலம் என்ன நடக்கும் என்பதை அவர்களுமே தெரிந்திருக்கவில்லை. இதுதான் தொடர்ந்து நடந்துகொண்டே இருக்கிறது. அசுத்தமான வேலை செய்தாலும் இவர்கள் வீட்டை எவ்வளவு தூய்மையாக வைத்திருக்கிறார்கள் என்போம். இவர்களுடைய கை எவ்வளவு சுத்தமாக இருக்கிறது என்போம். அது அவர்களுக்கு ஒரு மயக்கத்தைக் கொடுக்கிறது. ஆனால், யாருக்குமே அவர்களிடம் ‘நீங்க ஏன் இந்த வேலையச் செய்யிறீங்க? அதைச் செய்யக் கூடாது’ என்று சொல்ல வாய் வராது.

பாதிக்கப்பட்ட சமுதாயத்தில் இருந்துதான் இதுபோல ஒரு குரல் வரும். அப்படி வந்தபோது என்ன நடந்ததென்றால், கீழே இருந்து வந்ததால் ஆட்களுக்குத் தாழ்வு மனப்பான்மை உண்டானது. நம்முடைய மரபான மனநிலையே எல்லாம் மேலிருந்துதான் வரவேண்டும். கடவுள் கூட மேலேதான் இருப்பார் என்ற நம்பிக்கை. யாரேனும் கடவுளை வழிபட நினைத்தால் மேலேதான் பார்ப்பார்கள். நம்முடைய கலாச்சாரமே மேலே இருப்பதில்தான் உயர்ந்தநிலை இருக்கிறது என்ற எண்ணம்.

கீழே இருந்து ஓர் எண்ணத்தை இவர்கள் கொண்டு வருகிறார்கள். நான் ஏன் இதைச் சுத்தம் செய்யவேண்டும்? இது என்னுடைய தேர்வல்ல. நீங்கள்தான் என்னைத் துப்புரவுப் பணியாளர் ஆக்கியது. நீங்கள்தான் என்னைத் தோட்டியாக ஆக்கினீர்கள். விருப்பம் இருந்து இவ்வாறாக நாங்கள் இல்லை. இப்பொழுது நாங்கள் ஒன்றாக இணைகிறோம். இதிலிருந்து வெளியில் வருகிறோம். உன்னால் முடிந்ததை நீங்கள் பார்த்துக் கொள்ளுங்கள். சொந்த அனுபவத்திலிருந்து இவ்வாறு முன்வருகிறார்கள். இதே சாதியில் இருந்தும் மற்றவர்களுடைய ஆதிக்கத்தில் இருப்பவர்கள் சமாதானம் ஆக மாட்டார்கள். ஏனெனில் அவர்கள் மேலடுக்கில் இருக்கும் ஒருவரால்

ஆட்டுவிக்கப்படுபவர்களாக இருப்பார்கள். இந்தப் போராட்டம் நிறைய நாட்கள் நடந்தது. சாதி ஆட்களும்கூட இது போன்று வெளியில் வருவதற்குத் தடையாக இருந்தார்கள். இருக்கறதும் போயிட்டா எப்படி என்ற கோணத்தில் அவர்களின் எண்ணம் இருந்தது.

புரட்சி என்று வரும்பொழுது, இதைச் செய்யமாட்டேன் என்று முதலில் சொல்லவேண்டும். அதன் பிறகுதான் மற்றதெல்லாம். மற்ற எல்லாம் இயற்கையாக உன்னைத் தேடி வரும். ஓர் அடிமை இதைச் செய்யமாட்டேன் என்று சொன்னால்தான் அவருக்கு மற்ற எல்லாமும் கிடைக்கும். பணத்தையும் வசதியையும் சேர்த்த பிறகு இதைச் செய்யலாம் என்றால் அதற்கான வாய்ப்பு நமக்குக் கிடைக்காது. அதனால்தான் அவர்கள் அடிமையாகவே இருப்பார்கள். அதே போலத்தான் புரட்சியும்.

சாதிய அடுக்குநிலை நம்மை எவ்வளவு துண்டாக்கித் தூர வீசினாலும் அவ்வாறான நிலையிலும் மனிதத்தைத் தூக்கிப் பிடிப்பவர்கள் இருக்கத்தானே செய்கிறார்கள். அதுதான் மனித அழகு. இந்தியச் சமூக வரலாற்றின் அழகு என்றுகூட இதைச் சொல்லலாம். சாதியத்தால் துண்டாடப்பட்ட இந்த நிலப்பரப்பில் மனிதத்தைத் தூக்கிப் பிடிக்கும் தூய ஆத்மாக்கள் இருக்கத்தான் செய்கிறார்கள். பிராமணராக இருக்கலாம், பிற்படுத்தப்பட்ட சாதியைச் சேர்ந்தவராக இருக்கலாம், மிகவும் பிற்படுத்தப்பட்ட சாதியைச் சேர்ந்தவராக இருக்கலாம். அவர்களெல்லாம் யோசிக்க ஆரம்பித்துவிட்டார்கள். நாம் முன்னேறித்தான் செல்கிறோம் என்ற எண்ணத்தை இவர்கள் நமக்குக் கடத்துகிறார்கள்.

ஆனால் ஒரு கேள்வியை எழுப்பினார்கள். இந்த வேலை இருக்கக் கூடாதுன்னு சொல்றீங்க. அப்படின்னா யாரு அந்த வேலையைச் செய்வார்கள் என்று கேட்டார்கள். இப்படி மனிதர்களே மனிதக் கழிவுகளை அள்ளும் வேலையில் பணியமர்த்தக் கூடாது என்று சொல்லுகிறீர்கள். மாற்று வழியையும் நீங்களே சொல்லிவிடுங்கள் என்று கோரிக்கை வைத்தார்கள். இயல்பாகத்தான் இவ்வாறு கேட்கிறார்கள். ஆனால் இதில் நுட்பமாக ஒரு விஷயம் ஒளிந்துள்ளது. இந்தச் சாதியில் பிறந்ததால் இந்த வேலையை நீங்கள்தான் செய்யவேண்டும், அப்படிச் செய்ய முடியாது என்றால் அதற்கான தீர்வையும் நீங்கள்தான் முன்வைக்கவேண்டும் என்பது போல் உள்ளது. அப்படிச் சொல்லாமல் எப்படி நீ வெளியில் செல்ல முடியும்? சாதிய மனோபாவம்தான் அவ்வாறு அவர்களைப் பேச வைக்கிறது. இந்தக் கேள்விகளைச் சத்ருக்களாக நினைக்காமல்

பொறுமையாக அவர்களுக்கு நிலைமையை விளக்க வேண்டியுள்ளது. இதிலிருந்துதான் ஒரு புரிந்துணர்வுடன் கூடிய உரையாடல் தொடங்கியது. சாதியத்தின் பெரிய பலவீனமே உரையாடல் இல்லாமல் இருப்பதுதான். நாம் இந்த இரண்டையும் தொடங்கிவிட்டோம்.

ஒரு விஷயத்தைப் பாராட்ட வேண்டும். எல்லாச் சாதியச் சமூகத்திலுமே நல்ல மாற்றம் தென்படுகிறது. அவர்கள் நம்முடன் உரையாடத் தயாராக இருக்கிறார்கள். நாம் அந்த முயற்சியை எடுக்கவே இல்லை. அவர்கள் ஒரு படி கீழிறங்கி வந்திருக்கிறார்கள். அப்படிக் கூடச் சொல்ல முடியாது, கீழான, மேலான என்று எதற்குச் சொல்ல வேண்டும். ஒரு படி அருகில் வந்து உரையாடுகிறார்கள். இதை ஒரு நல்ல விஷயமாகக் கருதுகிறேன். இவர்கள் செய்யும் இந்த விஷயத்தை நாமும் பாராட்ட வேண்டிய அவசியமிருக்கிறது. அதே நேரத்தில் எதிர்ப்பு இல்லாத நாளென்று ஒருநாளும் இதுவரையில் இல்லை. ஒரு மாற்று வழியை நாமும் யோசிக்கவேண்டுமே.

பிரச்சினைகளை மட்டுமே சொல்லக் கூடாது. தீர்வு களைச் சொல்ல ஒரு சந்திப்பை நீங்கள் ஏற்படுத்தக் கூடாதா? இதையெல்லாம் யார் கேட்கிறார்கள்? பாஸ்டன்னா ஆக்ஸ்ஃபோர்டா என்று ஞாபகம் இல்லை, ஆசிய வளர்ச்சிக் கழகம்தான் ஏற்பாடு செய்திருந்தார்கள். நிறைய இந்தியர்கள், இந்தியர் அல்லாதவர்களும் இதுபோலப் பேசுகிறார்கள். மெத்தப் படித்துப் பாஸ்டனில் வாழும் இந்தியர்கள் கூடப் பிரச்சினைகளைத்தான் அடுக்குகிறீர்களே ஒழியத் தீர்வுகளைச் சொல்ல மாட்டேன் என்கிறீர்களே என்று எங்களிடமே கேட்கிறார்கள். இப்படிக் கேட்கும்பொழுது அவர்கள் மீது கோபம் ஒன்றும் ஏற்பட வில்லை. சாதிய மனோபாவத்தில் இருந்துதான் அவர்களுக்கு இந்தக் கேள்வி எழுகிறது. சாதிதானே இப்படி எல்லைகளை வகுத்து இவரிவருக்கு இந்திந்த வேலைகளை நிர்ணயிக்கிறது. அதிலிருந்து தப்புவதற்குப் பார்க்கிறார்கள். அவர்களிடம் இவ்வாறான கேள்விகளை மெத்தப் படித்தவர்களே எழுப்புகிறார்கள்.

ஒரு வீட்டில் கழிப்பறையைச் சுத்தம் செய்யும் பெண்ணிற்கு உடல்நலம் சரியில்லை எனில் அவருடைய மகளை வேலைக்கு அனுப்பச் சொல்லுவார்கள். வேலை செய்யும் அம்மா வேலை செய்யமுடியாத பட்சத்தில் அவருடைய மகள் வேலை செய்வது சரிதானே என்று நினைக்கிறோம். இது எப்படிச் சரியாக இருக்க முடியும்? நீங்கள் ஒருவரை வேலைக்கு அமர்த்துகிறீர்கள். அவர் வராத பட்சத்தில் அடுத்த வேலையாளைக் கண்டுபிடிக்க

மாறாது என்று எதுவுமில்லை

வேண்டியது உங்கள் பொறுப்பு. ஆனால் வேறு யாரும் கிடைக்க மாட்டார்கள், ஆகவே நீங்கள்தான் செய்ய வேண்டும் என்று சொல்லிவிடுகிறோம். இதுதான் தேசியப் பிரச்சனை. மனிதப் பிரச்சினையும் கூட. இதற்கு எல்லோரும் சேர்ந்துதான் தீர்வு காண வேண்டும். அப்படிச் செய்யாமல் தீர்வைக் கண்டுபிடிக்கும் வேலையை நம்மிடமே தள்ளிவிடுகிறார்கள். இந்த மாதிரியான பிரச்சினைகளை உலகின் எந்த மூலைக்குச் சென்றாலும் நாம் சந்தித்துதான் ஆகவேண்டும். இந்திய மரபு வழியில் சாதிய மனோபாவப் பிரச்சினை தொடர்ந்து இருந்துகொண்டே இருக்கிறது. ஆழமாகவும் நுட்பமாகவும் சிந்தித்துப் பார்த்தால் எல்லோரும் சாதிய மனோநிலையில் வாழ்வது நமக்குத் தெரியவரும். அப்படி இருக்க வேண்டும் என்று நான் நினைக்க மாட்டேன். ஆனால் இயல்பாகவே அது நம்மில் இரண்டறக் கலந்துவிடுகிறது. அவ்வப்போது இதுபோல வெளிப்படுகிறது.

இதைப் போக்க முதலில் சாதி இருக்கிறது என்பதை நாம் ஏற்றுக்கொள்ள வேண்டும். சாதியத் தீண்டாமை இன்னும் இருக்கிறது. அதை உடைக்க வேண்டும் என்ற எண்ணம் என்று வருகிறதோ அந்தப் புள்ளியிலிருந்து ஒருவருடைய பேச்சு, நோக்கம், எண்ணங்கள் என எல்லாமே வேறு விதமாக மாறிவிடும். அந்த மனநிலைக்கு இந்தியர்கள் வராமல் இருப்பதால் எங்களுடைய சஃபாயி அந்தோலன் அறக்கட்டளையின் ஒவ்வொரு நாளும் சவாலான போராட்ட நாளாகத்தான் அமைகிறது.

பத்திரிகையாளர்கள் சந்திக்க வருவார்கள். அவர்களும் இந்த மனநிலையில்தான் பேசுவார்கள். மழை வரும்போதுதான் அவர்களுக்கு இதெல்லாம் பெரிய பிரச்சினையாகத் தெரியும். மழை வராத நாட்களில் எந்தக் கேள்வியும் அவர்களிடம் இருக்காது. மழை நாட்களில் கழிவுகள் முகத்திலும் வாயிலும் வழியும் பொழுது அய்யோ என்பார்கள். மழை வராத நாட்களில் இந்த உணர்வுகள் எதுவும் வெளிப்படாது. மலக் கழிவுகள் வாயில் கசியாத பட்சத்தில் தூக்கிக்கொண்டு செல்லலாமா?

இது போலச் சமாதானங்களை எந்த அளவிலும் நாம் ஏற்றுக்கொள்ளவே இயலாது. அடுத்தவர்களின் வாழ்வில் நுழையக்கூடாது என்ற அடிப்படை மனநிலை சக மனிதர்களிடம் இருக்கவேண்டும். அந்த நாகரிகம் இந்திய மனநிலையில் அறவே இல்லை. எதுவரையிலும் நாம் செல்ல உரிமை இருக்கிறது, எங்கு நாம் உள்நுழையக் கூடாது, எதுவரை நமது எல்லை என்ற எந்தப் பாகுபாடும் இந்தியர்களிடம் இல்லை. அடுத்தவர்களுக்கு ஒரு விஷயத்தைத் திணிக்கும் உரிமையை நம்முடைய சாதிய அடுக்குப் படிநிலை மனோபாவம் கொடுத்துவிடுகிறது. ஆகவேதான்

கழிப்பறையைச் சுத்தம் செய்யும் ஒருவர் வரவில்லை எனில் அவருடைய வீட்டில் இருக்கும் அடுத்த தலைமுறையைச் சேர்ந்த ஒருவரை அதே வேலையைச் செய்யப் பணிக்கிறோம். அங்குதான் எல்லையை மீறுகிறோம்.

இந்தியர்கள் எப்பொழுதுமே தெய்வ நிலையில் வைத்து வழிபடும் இடத்திலோ சகோதரி இடத்தில் வைத்து அபரிமிதமான அன்பைப் பொழியும் இடத்திலோதான் பெண்களை வைக்கிறோம். அவர்களை ஆண்களுக்குச் சமமாகப் பார்ப்பதே இல்லை. சகோதரன் இளையவனாக இருந்தாலும் அந்தப் பெண்ணிற்கு உயர்ந்த இடத்தில்தான் வைத்துப் பார்க்கப்படுவான். இந்தப் படிமுறை இயல்பாகவே நமக்கு வந்துவிடுகிறது. நீங்கள் அன்பைக் கொடுக்கும் இடத்திலும் அவர்கள் பெற்றுக்கொள்ளும் இடத்திலும் இருப்பார்கள். நீங்கள் அவர்களுக்காக எதையோ அர்ப்பணிப்பது போல ஒரு விஷயம் அந்த உறவில் உருவாகும். அடிப்படையில் ஆணும் பெண்ணும் சமம் என்ற புரிதலே நம்மிடம் இல்லை. ஆகவே பெண்கள் இதுபோன்ற துப்புரவு வேலைகளுக்குச் சென்றால் நமக்கு அதெல்லாம் பெரிய விஷயமாகத் தோன்றாது. மற்ற சமூகத்தைச் சேர்ந்த பெண்களுக்கும் கூட ஒடுக்கப்படும் சாதியைச் சேர்ந்த பெண்கள் துப்புரவு பணிகளைச் செய்வது பெரிய விஷயமாகத் தோன்றாது. சாதியும் பாலினப் பாகுபாடும் நம் எல்லோரையும் குருடாக்கிவிடுகின்றன. இதையெல்லாம் நுட்பமாகப் பார்க்கத் தவறிவிடுகிறோம். நம் எதிரில்தான் இதுவெல்லாம் நடக்கிறது.

நேற்றுக்கூட ஒரு கூட்டத்தில் சொல்லியிருந்தேன். பிரதமர் காரில் செல்லும்போது ஒரு கால்வாயைப் பார்த்திருக்கிறார். அதிலிருந்து துர்நாற்றம் வீசியதாம். அங்கு ஒரு தற்காலிகத் தகர மேடையை அமைத்து ஒருவர் தேநீர் தயாரிக்கிறாராம். கழிவுக் கால்வாயிலிருந்து வெளியேறும் மீத்தேன் வாயுவைப் பயன்படுத்திக் குழாய் அமைத்து அடுப்பாகப் பயன்படுத்தி இருக்கிறாராம். ஒரு நவீனத் தொழில்முறையை அவர் கண்டுபிடித்துவிட்டதாகச் சொல்லியிருக்கிறார் போல. இதெல்லாம் நடந்ததா என்று எனக்குத் தெரியவில்லை. இதைப் பிரதமர் சொல்லி ஒருவாரம் ஆகிறது. மிக எளிய தொழில்நுட்பம். இந்த அனுபவத்தைப் பிரதமர்தான் பகிர்ந்திருக்கிறார். வீடியோ ஆதாரம்கூட இருக்கிறது.

கழிவுக் கால்வாயைப் பார்க்கும்போது நமக்கு என்ன தோன்றும். மனிதர்கள் இதில் இறங்கி எதற்காக வேலை செய்ய வேண்டும்? இது ஏன் இவ்வளவு துர்நாற்றம் அடிக்கிறது? இதை எப்படிச் சரி செய்வது? இதுபோன்ற கால்வாய்களில் இறங்கி மனிதர்கள் வேலை செய்து சாகிறார்கள். அவர்களை எப்படிக் காப்பாற்றுவது? இதெல்லாம்தான் என்னுடைய மனதில் ஓடும்.

பிரதமருக்கு இவ்வாறு மனிதர்கள் கஷ்டப்படுவதும் அதனால் மனிதர்கள் சாவதும் மனதில் ஓடாது. பொருளாதாரம் சார்ந்த எண்ணங்கள்தான் அவருக்கு மனதில் ஓடும். காஸ் சிலிண்டர் வாங்கும் அவசியம் இல்லை. கால்வாயில் கசியும் மீத்தேன் வாயு அதைச் சரிக்கட்டும் என்று யோசிப்பதெல்லாம் தொழில் புத்தி.

**பெமு: இந்தச் சாக்கடை விஷவாயுவின் பாதிப்பால் மரணங்களும் நேர்கிறதே!**

ஆமாம். இத்தன வருஷமா அதை மறுபடியும் மறுபடியும் சொல்லிக்கிட்டேதான் இருக்கோம். அவருக்கே தெரியும். இந்தப் பிரச்சினையைப் பற்றி அவருமே பேசிக்கொண்டுதான் இருக்கிறார். ஆனால் அந்தக் கோணத்தில் பார்ப்பதை அவர் தவிர்த்துவிடுவார். ஏனென்றால் வியாபாரக் கோணத்திலேயே பார்க்கக் கூடியவர். எல்லாவற்றையுமே வியாபார நோக்கோடுதான் பார்க்கிறார். மனிதக் கோணத்தில் பார்க்கும் தன்மை அவரிடம் இல்லை. சாக்கடைக் கால்வாயில் உருவாகும் மீத்தேன் வாயுவின் மூலம் தேநீர் தயாரிக்கலாம், கேஸ் செலவு மிச்சம் என்று நம்மால் யோசிக்க முடியுமா? அவர் யோசிப்பார். வியாபாரத் திட்டங்களால் மட்டும் ஒரு நாட்டை நிர்வகிக்க முடியாது. மக்களுடைய சுகாதாரம்தான் நாட்டின் வளத்தைத் தீர்மானிக்கும். சுகாதாரமும் உடல் நலமும்தான் நாட்டு மக்களை மகிழ்ச்சியாக வைத்துக்கொள்ளும்.

**பெமு: நீங்கள் கள ஆய்வுக்குச் செல்லும்போது அதிகாரப் படிநிலையில் இருக்கும் அலுவலர்களின் ஒத்துழைப்பும் பங்களிப்பும் எப்படி இருந்தன?**

முதலில் அவர்களுக்கு இதிலெல்லாம் கொஞ்சமும் இஷ்டமே இல்லை. இவர் யாரு? எங்கிருந்து வராரு? எதுக்கு இதையெல்லாம் பேசுறாருன்னுதான் நெனைப்பாங்க. மேஸ்திரியில் இருந்து உயர் அதிகாரி வரையிலும் அடிமட்டத்தில் இருப்பவர்களை அதட்டி வேலை வாங்குவதில்தான் குறியாக இருப்பார்கள். நான் சைக்கிள் எடுத்துக்கொண்டு பணியாளர்களைப் பார்க்கச் சென்றால் அவர்கள் எல்லோரும் என்னைச் சூழ்ந்துகொள்வார்கள். இதனால் வேலை கெடுகிறதே என்று அலுவலர்கள் கோபப் படுவார்கள். மேஸ்திரியும் இதே சமுதாயத்தைச் சேர்ந்தவராக இருப்பார். அல்லது வேறு சாதியைச் சேர்ந்த தலித்தாக இருப்பார். இதுவரைக்கும் இவர்கள்தான் இருப்பார்கள். சூப்பர்வைசர் நிலையில் வேறு சமுதாயத்தைச் சேர்ந்தவர்கள் இருப்பார்கள். சிலர் ஆரம்பத்தில் பிரச்சினை செய்தார்கள். இவர் உங்ககிட்டப் பேசி இந்த வேலையக் கெடுக்கப் போறாரு. அவர்கூடப் போனீங்கன்னா உங்களுக்கு ஆப்சென்ட் போட்டுட்டு வேலைய விட்டு அனுப்பிடுவோம் என்று மிரட்டுவார்கள்.

இதைச் செய்யுங்கன்னு எப்பவுமே நாங்க சொன்னது இல்ல. இந்த மாதிரி இருந்தா நல்லா இருக்குமா? கொஞ்சம் சிந்திச்சிப் பாருங்க. இதைச் சரி பண்ண முடியுமா பாருங்க. அப்படித்தான் நாங்கள் அவர்களை அணுகினோம். மக்கள் இதைத் தங்களுடைய பிரச்சினையாகப் பார்த்தார்கள். அதனால்தான் அவர்கள் இயக்கமானது. சஃபாயி அந்தோலனை பெஜவாடா வில்சன் நடத்துகிறார் என்பது பத்திரிகையாளர் கொஞ்சம் பேருக்குத்தான் தெரியும். நேற்று சத்தீஸ்கரில் ஒருவர் பேசியிருக்கிறார். நம் மக்களுக்கு மாற்றம் நிகழ்ந்ததற்குக் காரணம் சஃபாயி அந்தோலன்தான். சஃபாயி அந்தோலனுக்கு வருவதற்கு முன்பு வரை எனக்கு ஒன்றுமே தெரியாமல் இருந்தது. இங்கு வந்த பிறகு சத்தீஸ்கரின் எல்லா இடங்களிலுமே என்னைத் தெரிகிறது. என்ன செய்ய வேண்டும் என்றும் புரிகிறது என்று பேசியிருக்கிறார். சஃபாயி அந்தோலனால் இதையெல்லாம் எப்படிச் செய்ய முடியும் என்று எனக்கே கொஞ்சம் சந்தேகம் ஆகிவிட்டது. சத்தியமாக எனக்கு ஒன்றும் புரியவே இல்லை. இவர் என்ன கொஞ்சம் அதிகமாகவே சொல்கிறாரோ என்றே தோன்றியது.

உண்மை என்னவென்றால் துப்புரவாளர்களிடம் ஒரு எண்ணத்தை ஏற்படுத்த வேண்டும் என்றுதான் நினைத்தேன். 'இந்த வேலையானது என்னுடைய தேர்வு அல்ல. அதுபோலவே என்னுடைய பிள்ளைகள் யாரும் இந்த வேலைக்கு வரக் கூடாது' என்ற எண்ணத்தை இவர்களிடம் உண்டாக்கவேண்டும். நீங்கள் நூறு பேரிடம் கேட்டுப் பாருங்கள், எல்லோருமே இயல்பாக இதைச் சொல்லுவார்கள். ஏனெனில் அவர்களுக்கு இதுதான் எண்ணமாக இருக்கிறது. நாம் எதையும் அவர்களுக்குச் சொல்லவில்லை. இதிலிருந்து வெளியில் வரவேண்டும் என்ற எண்ணம் இயல்பாகவே அவர்களுடைய இதயத்தில் இருக்கிறது. எல்லோரையும் இயக்கமாக ஒன்று திரட்டிய பணியைச் சஃபாயி அந்தோலன் செய்தது என்று வேண்டுமானால் சொல்லலாம். இரண்டு அல்லது மூன்று வருடங்கள் போதுமானது. தன்னிச்சையாக மாற்றங்கள் ஏற்படுகின்றன. எங்களிடம் பணம் இல்லை, எந்தச் சலுகைத் திட்டங்களும் இல்லை. என்றாலும் மக்கள் எங்களுடன் கைகோர்க்கிறார்கள். எங்களுடன் இணைந்து கொள்கிறார்கள்.

ஒருமுறை வங்கதேசத்தின் சிலுகூரிலிருந்து தொலைபேசி அழைப்பு வந்தது. ஆகஸ்ட் மாதம் போலச் சஃபாயி அந்தோலன் அலுவலகத்தை இங்கு தொடங்கலாம் என்று இருக்கிறோம் என்றார்கள். அப்படி ஒரு அலுவலகம் எங்க இருக்குன்னு எங்களுக்கே தெரியலையே. நாங்களே நண்பர்கள் சில பேர்

இயங்கிட்டு இருக்கோம். எங்ககிட்டப் பணம் எல்லாம் இருக்காதுங்க. அலுவலகம் என்று இருந்தால் வாடகை எல்லாம் மாதாமாதம் கொடுக்கணும். அதெல்லாம் நம்ம சக்திக்கு முடியாது. அதனால் அலுவலகம் தேவையில்லை. எங்களால் உதவவும் முடியாது என்று நான் சொல்லிவிட்டேன். பணத்துக்காக நாங்க கேட்கவில்லை. தொடக்க விழாவுக்கு உங்களால் வர இயலுமா என்றுதான் கேட்கிறோம். அப்படி இல்லையென்றால் உங்களுடைய இயக்க நண்பர் யாரேனும் வங்க தேசத்தில் இருக்கிறாரா? அவரை அனுப்பி வைக்க முடியுமா? என்று கேட்டார்கள்.

அய்யோ அப்படியெல்லாம் யாரும் இல்லையேப்பா. பயணத்துக்கு வந்து போற செலவுப் பணத்தை வைத்துக்கொண்டு அங்கிருப்பவர்களுக்கு உதவி செய்யுங்கள் என்று சொன்னோம். அலுவலகத்திற்காக மாத வாடகைப் பணத்தை வீணாக்காமல் அதையும் நல்ல காரியங்களுக்குப் பயன்படுத்தலாமே என்று யோசனை சொன்னோம். தினமும் வந்து பத்துபேர் உட்கார்ந்து பேச இடம் வேண்டும். அதற்கு அலுவலகம் இருந்தால்தான் சரிவரும் என்று சொன்னார்கள். எங்களுக்கு என்ன சொல்வது என்றே புரியவில்லை. சஃபாயி அந்தோலன் இயக்கம் தன்னிச்சையாகப் பயணிக்கிறது. அது ஒருவரால் அல்ல, இயக்கமாக வளர்கிறது. அதுவே இயக்கத்தின் பலம். இப்படி வளர்வதால் அலுவலர்கள் இடையில் புகுந்து தடுக்கப் பார்க்கிறார்கள். அவ்வாறான செயலைத் தனிப்பட்ட தாக்குதலாக இவர்கள் பார்க்கிறார்கள். வேறு யாரையாவது தடுத்தால் பயத்தால் சென்றுவிடுவார்கள். தனக்கே நடப்பதால் அதை எதிர்கொள்கிறார்கள். ஆகவேதான் இது உண்மையான மக்களின் இயக்கமாக வளர்கிறது. இதனால் மேஸ்திரி, அலுவலர்கள் போன்றோரை எதிர்க்கும் பொறுப்பை மக்களே எடுத்துக்கொண்டார்கள்.

**பெமு: மக்களிடம் இருந்து உங்களுக்கு நிறைய யோசனைகள் கிடைத்திருக்கும். சஃபாயி அந்தோலன் அமைப்பின் வளர்ச்சிக்கு இதிலிருக்கும் மக்களே கொடுத்த யோசனைகளை, அவற்றைக் கொடுத்தவர்கள் பற்றி ஏதேனும் பகிர முடியுமா?**

முதலில் நாம் வேலைக்குச் செல்லக் கூடாது. வேலைநிறுத்தம் செய்யலாம். வேலைநிறுத்தம் என்பது ஜனநாயகத்தில் மிகப்பெரிய ஆயுதம். ஏனெனில் ஊழியர்களின் வேலை மிக முக்கியப் பங்காற்றுகிறது. ஒருவாரம் வேலைநிறுத்தம் செய்யும்போது மாவட்ட ஊழியர்களை ஆணையர் கூப்பிட்டுப் பேச வேண்டும். ஆனால் அப்படி எதுவும் இந்த நாட்டில் நடக்காது. ஒருவாரம் என்பது பத்து நாட்கள், இருபது நாட்கள் என்று செல்லும்போது மக்களின் ஆர்வமும் குறைந்துவிடும். இதர சமூகப் பொருளாதாரச்

சூழலும் இதற்குக் காரணமாகிறது. மெல்ல மெல்ல இவர்கள் சென்று அதே வேலையைச் செய்ய ஆரம்பித்து விடுவார்கள்.

அப்படியே இவர்கள் யாரும் செல்லவில்லை என்றால் மற்ற ஊர்களிலிருந்து ஆட்களைக் கொண்டு வருவார்கள். கட்சி சார்ந்தவர்கள் மேலிடத்தில் அதிகாரியாக இருந்தால், வேறு வேறு ஊர்களிலிருந்து கட்சி ஆட்களின் மூலம் ஆட்களைக் கொண்டு வந்து சூழலைச் சமாளிப்பார்கள். நம் மக்கள் அதைத் தடுத்து நிறுத்தச் சென்றால் பேச்சு வார்த்தை நடத்துவார்கள். கட்சிக்கு எதிரான செயலாக அதைப் பெரிதுபடுத்துவார்கள். இது ஒரு பெரிய பிரச்சினையாக உருவெடுத்தது. ஆகவே மக்களும் வேலைநிறுத்தம் செய்வதில் பிரயோஜனம் இல்லை என்ற முடிவுக்கு வந்தார்கள். வேறு வழியில்தான் இதற்கான தீர்வு கிடைக்கும் என்று யோசித்தார்கள்.

இன்னொரு விஷயம், ட்ரை லெட்ரின் சுத்தம் செய்வதற்கு நிறைய வழிகள் இருக்கின்றன. அதுபோன்ற டாய்லெட்கள் இல்லையென்று மாநில அரசுகள் சொல்லிவிட்டார்கள். உச்ச நீதிமன்றத்தில் பொய்தான் சொல்லிவிட்டார்கள். இப்படி 2003இல் மாநில அரசு சொல்லிவிட்ட பிறகு – உதாரணத்திற்குத் தமிழக அரசே ட்ரை டாய்லெட் வசதிகளும் பணியாளர்களும் இல்லையென்று பொய்தான் சொல்லுகிறார்கள். அந்தத் தீர்ப்பின் நகலைப் பிரதியெடுத்து நாம் எல்லோருக்கும் கொடுத்துவிட்டோம். இதுதான் நிலைமை, நாம் என்ன செய்வது என்று அவர்களிடம் கேட்டோம்.

அவர்களே இல்லையென்று சொல்லுகிறார்கள்தானே, எங்காவது அதுபோன்ற ட்ரை டாய்லெட் இருந்தால் நாமே சென்று இடித்துவிடலாம் என்று ஒரு முடிவுக்கு வந்தோம். இடித்துவிட்ட பிறகு வரும் பிரச்சினைகளைப் பின்னர் பார்த்துக்கொள்ளலாம். இல்லை என்றுதானே சொல்லு கிறார்கள். அதை நாமே சேர்ந்து இல்லாமல் செய்துவிடலாம். அப்படிச் செய்தால் பிரச்சினை இல்லையே. நகராட்சியில் இருந்து ஆட்கள் வந்து வேலை செய்கிறார்கள். அவர்களை வேலையை விட்டு நிறுத்த முடியாது. வேலையும் போகாது. ஆனால் செய்வதற்கு வேலை இல்லாமல் போய்விடும். இப்படிச் செய்யப் போவதை உட்கார்ந்து யோசித்தோம். ஒவ்வொன்றாக இடித்தால் கடினமாக இருக்கும். ஆகவே மாநிலம் மொத்தமும் உள்ள ட்ரை டாய்லெட் எல்லாவற்றையும் ஒரே நாளில் இடிக்க முடிவெடுத்தோம்.

அவ்வாறு செய்துகொண்டிருக்கும்போது எஸ்.பி. வந்து விட்டார். எதையும் இடிக்கக் கூடாது என்று போலிஸ் சொல்லு கிறார்கள். நாங்கள் முடியாது என்றோம். அந்தக் கழிப்பறையை யார்

சுத்தம் செய்பவரோ அவர்தான் முதலில் வந்து கடப்பாறையை வைத்துக்கொண்டு இடிக்க முன்வந்தார். பின் ஒவ்வொருவராக உள்ளே சென்று மொத்தமாக அதனை இடித்துத் தரைமட்டம் ஆக்கினோம். மாவட்டத் தலைமை இடம் என்பதால் பெரிய பெரிய போலிஸ் அதிகாரிகள் எல்லாம் எங்களைக் கைது செய்ய வந்துவிட்டார்கள். நம்முடைய வட்டத்தில் இருக்கும் வழக்கறிஞர்கள், சட்ட ஆலோசகர்களிடமெல்லாம் உடனுக்குடன் இதுகுறித்துப் பேசினோம். அவர்கள் எங்களுக்குத் தைரியம் கொடுத்தார்கள்.

அரசின் சொத்தை நாசமாக்குகிறீர்கள் என்று அவர்கள் எங்களிடம் எச்சரிக்கை செய்தார்கள். எங்கே அந்த அரசின் சொத்து என்று நாங்கள் கேட்டோம். கழிப்பறை அங்கு இருக்குது இல்லையா என்று அவர்கள் கேட்டார்கள். எங்க இருக்குன்னு நாங்களும் மறுபடியும் மறுபடியும் கேட்டோம். மாநில அரசு உச்ச நீதிமன்றத்தில் சொல்லிவிட்டார்கள், நீங்கள் சொல்லுவது போல எதுவும் அரசின் சொத்தாக மாநில அரசிடம் இல்லை என்று உச்ச நீதிமன்றமும் ஏற்றுக்கொண்டுள்ளது. இல்லாத ஒன்றை நாங்கள் எப்படி இடிக்க முடியும் என்று அவர்களிடம் கேட்டோம். மாநில அரசுக்கு இந்த மாதிரி ஒரு சொத்து இருக்குதுன்னு நீங்க எழுதிக் கொடுங்க, நாங்கள் இங்கிருந்து சென்றுவிடுகிறோம் என்று அவர்களிடம் கூறினோம். இல்லாதத இடிச்சோமுன்னு நீங்க எப்படிச் சொல்ல முடியும், எதுக்குப் பொய் சொல்றீங்க என்று கேட்டோம்.

மாவட்ட ஆட்சியர்களிடம் கேட்டுவிட்டு வருகிறேன் என்று அவர்கள் கிளம்பிச் சென்றார்கள். இடைப்பட்ட நேரத்தில் முழுவதுமாக நம்மாட்கள் இடித்துவிட்டார்கள். இது பெரிய பிரச்சினை ஆகும் என்றுதான் நினைத்தோம். ஓரிடத்தில் நீதிமன்றத்தில்கூட ட்ரை டாய்லெட் பயன்படுத்துகிறார்கள். நம்மாட்கள் அதையும் இடிக்கப் பார்த்தார்கள். நீதிமன்றத்தையே இடிப்பதாக நினைத்துக்கொண்டு எல்லோரும் வந்துவிட்டார்கள். போலிஸ் எல்லாம் கூடிவிட்டார்கள். பிறகு நீதிபதியின் முன்பு எங்களை நிறுத்தினார்கள். நீதிமன்றத்தின் சொத்தை நீங்கள் சேதப்படுத்தக் கூடாது என்று எங்களை எச்சரித்தார். அதை அப்படியே 'இந்த ட்ரை டாய்லெட் நீதிமன்றத்தின் சொத்து. அதை யாரும் சேதப்படுத்தக் கூடாது' என்று தீர்ப்பாக எழுதித் தரச் சொல்லிக் கேட்டேன்.

நீதிமன்றத்தில் தட்டச்சு செய்பவர்கள் மிக வேகமாகத் தட்டச்சு செய்பவர்களாக இருப்பார்கள். ஆகவே எங்களிடம் இருந்த ஒருவர் ஆங்கிலத்தில் சொல்லச் சொல்ல 'சஃபாயி

அந்தோலன் நீதிமன்றத்தில் புகுந்து அதன் சொத்தான ட்ரை டாய்லெட்டை இடித்துச் சேதப்படுத்திவிட்டார்கள்...' எனத் தட்டச்சு செய்துவிட்டார். அதில் நீதிபதி கையெழுத்திட்டு ஸ்டாம்ப் அடித்துக் கொடுத்துவிட்டார். அதன் மூலம் நீதிமன்ற வளாகத்திலேயே ட்ரை டாய்லெட் இருக்கிறது என்பது நிரூபணமாகிவிட்டது. இதுதான் உண்மையில் மாநிலத்தின் நிலைமை.

**பெமு: எந்த மாநிலத்தில் இது நடந்தது?**

ஆந்திராவில்தான் இந்தக் கூத்து நடந்தது. நிஜாமாபாத் என்றொரு இடம். தலைமைச் செயலர், பொதுப்பணித் துறைக்கு ஒரு காண்ட்ராக்ட்டை உடனே செயல்படுத்தினார். இவ்வாறான கழிப்பறைகளை இடிக்கவேண்டும் என்று. அதில் பொதுப்பணித்துறை அதிகாரிகள் கையெழுத்திட்டு அரசு ஆவணமாகக் கொடுத்தார்கள். அதை எல்லாம் செயல்படுத்திய பிறகு நகலை உச்ச நீதிமன்றத்திற்கு அனுப்பினார்கள்.

**பெமு: இது மக்கள் கொடுத்த யோசனையா?**

ஆமாம். மக்கள் கொடுத்த யோசனைதான். இன்னொரு சம்பவம்கூட இருக்கிறது. நம்ம களப்பணிக்காக ராஜஸ்தான், பீகார்னு சுத்திட்டு இருக்கோம். இங்கு மாவட்ட ஆட்சியர் டிஸ்ட்ரிக்ட் மேஜிஸ்ரேட்டாகவும் இருப்பார். அவர் எங்களிடம் ஒன்று கேட்டார்,இந்த மாதிரி கட்டிடங்களை இடிக்கிறீங்க,எல்லாம் செய்யுறீங்க. அவர்கள் வேறு வேலையைப் பார்த்துக்கொள்ளப் பணமும் கொடுக்கிறேன். ஆனால் அரசு கொடுக்கும் பணத்தைச் செலவழித்துவிட்ட பிறகு இதே வேலைக்கு இவர்கள் மீண்டும் போக மாட்டாங்கன்னு என்ன நிச்சயம் என்று கேட்டார். சில தனியார் கழிப்பறைகளை அவரால் இடிக்கவும் முடியவில்லை. இருக்கறதாலதானே அங்க வேலை செய்ய வராங்க. அந்தக் கழிப்பறை இல்லைன்னா எப்படி வேலை செய்ய வருவாங்க. ஆகவே இடிச்சிடுங்க என்றோம்.

நான் தயாராகத்தான் இருக்கிறேன், நீங்கள்தான் தயாராக இல்லைஎன்று எங்களைத்திருப்பிக்கேட்டார்.இது சார்ந்து மாவட்ட ஆட்சியர் அலுவலகம் முன்பு உட்கார்ந்துகொண்டு கோஷங்கள் எல்லாம் போட்டோம். அங்கிருந்தவர்கள் மேலதிகமாக என்ன செய்யலாம் என்று யோசித்துக்கொண்டிருந்தோம். அவர்களில் இரண்டு அம்மாக்கள் 'பக்கெட்,துடைப்பம்,முறம்ன்னு வெச்சிட்டு வந்தோமில்லையா? நாளைக்கு அதை எடுத்துக்கொண்டு வந்து இவருக்கு முன்னால் போட்டுக் கொளுத்திவிடலாம்' என்று

யோசனை கூறினார்கள். அதன் பிறகு சொல்லிவிடலாம், இந்த வேலையை நாங்கள் விட்டுவிட்டோம், இனி உங்கள் வேலைதான் மிச்சம் இருக்கிறது என்று சொல்லிவிடலாம் என்று யோசனை கூறினார்கள்.

இது நல்ல யோசனையாகத் தெரிகிறதே, செய்யலாமே என்று தோன்றியது. சின்னக் கூட்டம் போட்டு இதைச் செயல்படுத்துவதைப் பற்றிப் பேசினோம். எல்லோருமே இந்த யோசனையைப் பாராட்டினார்கள். 'டோக்ரி ஜலானா அந்தோலன்' என்ற பக்கெட்டை எரிக்கும் போராட்டம் நடத்தினோம். எத்தனை துப்புரவாளர்கள் வேலை செய்கிறார்களோ அவர்களிடம் இருக்கும் பக்கெட், துடைப்பம் எல்லாவற்றையும் எடுத்துக்கொண்டு வந்து மாவட்ட ஆட்சியரின் அலுவலகத் திற்கு முன்பு போட்டோம். 'இனிமே இந்த வேலையைச் செய்ய மாட்டோம், அதுக்கு இந்தச் செயல்தான் குறியீடு' என்று குவித்து வைத்திருந்த பக்கெட், துடைப்பம் ஆகியவற்றை ஒன்றாகச் சேர்த்துத் தீ மூட்டினோம். மாநிலம் முழுவதும் உள்ள இருநூறு முதல் இருநூற்று ஐம்பது அலுவலகங்களில் இந்த வேலையை இயக்கத்தார் செய்துவிட்டார்கள்.

வேலைக்கு வரும்பொழுது எல்லோரும் முழக்கமிட்டுக் கொண்டு வருகிறார்கள். 'நாங்கள் இறந்தாலும் சரி, இனி இந்த வேலையைச் செய்யமாட்டோம். அம்பேத்கர் புரட்சிதான் எங்களுக்கு முக்கியம். ஜெய் பீம்...' போன்ற கோஷங்களை எல்லாம் எழுப்பிக்கொண்டு வருகிறார்கள். இப்படி முழக்க மிட்டுக்கொண்டு வருபவர்கள் ஆட்சியர் அலுவலகம் வந்ததும் குப்பை போல உடைமைகளை ஒன்றாகக் குவிக்கிறார்கள். அதற்குத் தீமூட்டி விடுகிறார்கள். இதெல்லாம் எனக்குத் தெரிந்து அவர்களுக்குள்ளான மாற்றம்தான். இந்தப் பணியைச் செய்யமாட்டோம் என்று சாதாரணமாகப் போகிறபோக்கில் எல்லாம் சொல்லவில்லை. அதைத் தெரியப்படுத்த இதுபோன்ற விஷயங்களைச் செய்கிறார்கள். 'எங்கள் வேலை முடிந்துவிட்டது. இனி உங்கள் வேலையைச் செய்யுங்கள்' என்று ஆட்சியரை நோக்கிக் கோஷம் எழுப்புகிறார்கள்.

நிர்வாகத்திற்கே இதுபோன்ற செயல்களின் மூலம் சவால் விட்டார்கள். இதுபோல நிறையச் செய்தார்கள். கழிவுகளைப் பார்சலில் இவர்களுக்கு அனுப்பலாம் என்றார்கள். அப்படிச் செய்தால் பிறகு அதைச் சுத்தம் செய்யவும் கடைசியில் நாம்தான் போகவேண்டி இருக்கும். ஆகவே இது ஒரு நல்ல யோசனையாகத் தெரியவில்லை என்றார்கள். ஒருசிலர் சட்டசபையின் முன்பு பக்கெட்டில் கழிவுகளையும் துடைப்பத்தையும் வீசி எறியலாம்

என்றார்கள். ஆயிரம் பேர் இவ்வாறு செய்தால் என்ன ஆகும்? இது யோசிக்கவேண்டிய விஷயம்தான் என்று ஏற்றுக்கொண்டார்கள்.

சிறுவயதில் ஒரு விஷயத்தைப் பார்த்திருக்கிறேன். இவ்வாறு வேலைநிறுத்தம் செய்பவர்களின் வீட்டு வாசலுக்கு முன்பு, அவர்களை எதிர்ப்பதற்காக வேண்டி மலம் கழித்துவிடுவார்கள். எழுந்துவந்து வாசலில் பார்த்தால் இவ்வாறு இருக்கும். அதைச் சுத்தம் செய்ய வேண்டும்தானே. எல்லோருக்கும் தெரியும், இவர் ஸ்ட்ரைக்குக்குப் போயிட்டு வந்திருக்காரு. அதனாலதான் இப்படிச் செய்திருக்கிறார்கள் என்று தெரியும்.

ஸ்ட்ரைக்ல கலந்துக்குறாருன்னு அதைத் தடுப்பதற்காகத்தான் இவ்வாறு செய்றீங்க. சந்தோஷம்தான். எது எப்படி ஆனாலும் கடைசியில் கழிவை அகற்றுவது நம் ஆட்கள்தான். ஒருவேளை கதவைத் திறந்து பார்த்துவிட்டு ஏதேனும் கழிவு இருப்பின் அதைச் சுத்தம் செய்ய யாரையாவது கூப்பிட்டால் அவரும் தோட்டியாகத்தான் இருப்பார். இந்த மொத்தச் செயல்முறையில் தோட்டிதான் அதிகமும் பாதிக்கப்படுவான். இதெல்லாம் சிறுவயது முதலே மனதில் வந்துகொண்டிருந்த விஷயம்தான். சட்டசபையின் முன்பு ஆயிரம்பேர் இவ்வாறு செய்து முடித்துவிட்ட பிறகு யார் சென்று அதையெல்லாம் சுத்தம் செய்வார்கள்? முதலமைச்சரோ, தலைமைச் செயலரோ வந்தா இதைச் செய்யப் போகிறார்கள்? கடைசியில் தோட்டிகளாகத்தான் இருக்கும்.

நாம் எதைச் செய்யக்கூடாது என்று போராட்டம் நடத்துகிறோமோ அதையே போராட்டத்தின் இறுதியில் செய்ய வைப்பது சரியல்ல. ஆரம்பத்தில் இவ்வாறு செய்வது புரட்சியாகவும் கலகமாகவும் தெரியலாம். ஆனால் நமக்கே பாதிப்பு வரும் விஷயத்தைச் செய்யக்கூடாது. சஃபாயி அந்தோலனின் போஸ்டரில் கூட குப்பை அள்ளுவது போலவோ கழிவைச் சுத்தம் செய்வது போலவோ புகைப்படங்கள் இருக்காது. ஏனெனில் அது தேவையில்லை. தேவையில்லாத ஒரு விஷயத்தை நாம் ஏன் எல்லோருக்கும் காண்பிக்க வேண்டும். அந்த விஷயமே இல்லாமல் போகட்டும். இவ்வாறெல்லாம் நடக்கிறது என்று சொல்லிவிட்டால் போதும். மறுபடியும் மறுபடியும் எதற்குப் புகைப்படமாக்க வேண்டும்?

**பெமு: அவுட் லுக்கில் வந்த உங்களைப் பற்றிய கட்டுரையில் நீங்கள் கழிப்பறைக்குள் செல்வது போன்ற புகைப்படத்தைப் போட்டிருக்கிறார்கள்.**

ஆமாம். நானும் அவர்கிட்டச் சொன்னேன். அப்படி எல்லாம் எதுவும் தேவையில்லை. எழுதினால் போதும்

என்றேன். எதிர்மறையான புகைப்படங்களை, அதுபோன்ற விஷயங்களை ரொம்பவும் பரப்ப வேண்டிய அவசியம் இல்லை. மக்கள் புதுப்புது யோசனைகளைக் கொடுத்துக்கொண்டே இருக்கிறார்கள். மெமோரண்டம் சமர்ப்பித்தல், பிறகு லோகா யுக்தா என ஒன்று வரும் – இது லஞ்சம், ஊழல் முறைகேடுகளைத் தடுப்பதற்காக இருக்கும் ஒன்று. ஒருவர் லோகா யுக்தாவில் புகார் கொடுத்துவிட்டார். இவர் எப்படி லோகா யுக்தாவில் புகார் கொடுக்கிறார், சரி வருமா என்றுதான் தோன்றியது. ஆனால் புகார் கொடுத்துவிட்டார். என்னமோ தெரியவில்லை, லோகா யுக்தாவில் இருந்தவர் உடனடியாகப் புகாரில் குறித்த நபர் மீது நடவடிக்கை எடுத்துவிட்டார். ஒரு சினிமா டாக்கீஸ்குள்ள ட்ரை டாய்லெட் இருந்தது. புகார் வந்த உடனே அந்த அதிகாரி கழிப்பறையை மூட உத்தரவிட்டுவிட்டார். அதற்குச் சீல் வைத்துவிட்டார்.

இதெல்லாம் எப்படி நடந்தது என்று எதுவுமே எனக்குப் புரியவில்லை. ஆக, இந்திய நிர்வாகத்தைப் பொறுத்தவரை எது எப்பொழுது சரிவரும், நல்லது நடக்கும் என்று யாருக்குமே தெரியாது. முடிவாக நான் சொல்வது என்னவென்றால் சட்ட வரையறைக்கு உட்பட்டு எந்த நடவடிக்கையை வேண்டுமானாலும் முன்னெடுங்கள். பலன் கிடைக்கும் என்பதுதான்.

நாங்கள் எந்தத் திட்டத்தையும் வகுத்துக்கொள்வதில்லை. டெல்லியில் உட்கார்ந்துகொண்டு எதையும் நாங்கள் முடிவு செய்வதில்லை. மக்கள் சொல்வதை நாங்கள் ஒரு கோர்வையாக்கிச் செயல்படுத்துகிறோம். முதன்முதலில் 2010இல் 'சாமாஜி பரிவத்திரன் யாத்ரா' என ஒரு விஷயத்தை முன்னெடுத்தோம். இந்தியா முழுவதும் ஐந்து பேருந்துகளில் பயணம் செய்தோம். கன்னியாகுமரியிலிருந்து கூட வந்தது. இந்த வேலையிலிருந்து வெளியில் வந்ததைத் தெரியப்படுத்துவதற்காக. அவர்களைப் பாராட்டுவதற்காக. அம்பேத்கரின் 125ஆவது பிறந்த நாளை முன்னிட்டு 2015 – 2016 இல் 126 நாட்கள் ஒரு யாத்திரை செய்யலாம் என்று மக்கள்தான் யோசனை கொடுத்தார்கள். எதுவுமே நம்முடைய சொந்த யோசனை கிடையாது. மக்கள் கொடுப்பதுதான்.

ஐந்து பேருந்துகளில் செல்ல முடியாது என்பதால் ஒரே பேருந்து போதும் என்றார்கள். 125 நாட்கள் பயணம் என்றால் கிட்டத்தட்ட நான்கு மாதங்கள் பயணம் செய்ய வேண்டும். சாப்பாடு, தங்கும் செலவை எல்லாம் நாங்களே பார்த்துக்கொள்ளுகிறோம், டீசல் ஆங்காங்கு இருக்கும் நண்பர்களிடம் கேட்டுப் பார்ப்போம், நீங்களும் கொஞ்சம்

ஏதாவது செய்யமுடியுமா என்று பாருங்கள் என்ற யோசனையைத் தெரிவித்தார்கள். எப்படி நடந்தது என்று தெரியாது. எல்லாரும் அவர்களாகவே முன்வந்து இந்த விஷயத்தைச் செய்தார்கள். இங்கு மக்களின் பங்களிப்புதான் ஆச்சர்யத்தை ஏற்படுத்தும் ஒன்று. ஏனென்றால் இதை அவர்களாகவே செய்கிறார்கள். இப்படிச் செய்யுங்கள் என்று யாரும் அவர்களுக்குச் சொல்லுவதில்லை.

**பெமு: இந்தியாவிலிருந்து நிறையப் பேர் துப்புரவுப் பணிக்காக வெளிநாடு செல்கிறார்கள். அந்த மாதிரி இருப்பவர்களின் நிலை என்ன?**

ஒரு விஷயம் என்னவென்றால் இங்கிருந்து வெளியில் செல்பவர்கள், பக்கத்து இடங்களுக்குப் புலம்பெயர்வது – பிரிவினைக்கு முன்பும் பிரிவினைக்குப் பின்பும் – நிறைய நடக்கிறது. பாகிஸ்தான், வங்கதேசம் போன்ற இடங்களிலும் துப்புரவுப் பணியில் இருப்பவர்கள் இந்தியாவிலிருந்து சென்றவர்கள்தான். இலங்கையில் கூட இங்கிருந்து சென்றவர்கள் நிறைய பேர் இருக்கிறார்கள். துப்புரவு அல்லாத மலம் அள்ளும் தொழில் இருக்கிறது இல்லையா! அதைப் புலம்பெயர்ந்த பிறகுதான் செய்ய இயலும். ஏனென்றால் அந்த வேலையைச் செய்யக் கொஞ்சம் கூச்சமும் அச்சமும் இருக்கும். நம்முடைய மக்கள் வாழும் இடங்களில் அந்த வேலையைச் செய்வது கொஞ்சம் சங்கடமானதுதான். வெளியூரில் என்றால் நாம் யாரென்றே தெரியாது இல்லையா? இதற்காகவே புலம்பெயர்ந்து சென்றவர்கள் இருக்கிறார்கள்.

இரண்டாவதாக, இது போலப் புலம் பெயரப் பஞ்சமும் காரணமாக இருக்கிறது. பஞ்ச காலத்தில் கொஞ்சம் வசதியாக இருப்பவர்களுக்கே சாப்பாட்டுக்குப் பிரச்சினையாகிவிடும். அப்படியெனில் துப்புரவு செய்யக்கூடிய தீண்டத்தகாதவர்கள் நிலைமை மிக மோசமானதாக இருக்கும். ஒரு வருட, இரண்டு வருடப் பஞ்ச காலம் இருக்கும்பொழுது எல்லாமே தீர்ந்துவிடும். சாப்பிடுவதற்கு அரிசி பருப்பு என எதுவும் கிடைக்காது. யாரையாவது அண்டித்தானே இவர்களும் பிழைக்க வேண்டி யிருக்கிறது. பஞ்ச காலம் என்பதால் இருப்பவர்களும் கொடுக்க மாட்டார்கள். அந்த நேரங்களில் இவர்கள் வேறு ஊர்களுக்குப் பிழைப்பு தேடிச் சென்று விடுகிறார்கள். என்னுடைய மூதாதையர்கள்கூட அப்படி நடந்து ஊரைவிட்டு வெளியேறி வேறு இடத்திற்குச் சென்றவர்கள்தான். தங்கச் சுரங்கங்கள் இருப்பதைத் தெரிந்துகொண்டு அங்கு வேலை கிடைக்கும் என்று புலம்பெயர்ந்தவர்கள்தான்.

கோலார் தங்கச் சுரங்கத்தை இன்னொரு 'தேசம்' என்பார்கள். அது இந்த நாட்டின் பகுதிதான் என்றுகூட அவர்களுக்குத் தெரியாது. 'வேறு தேசத்துல வேலை இருக்காம்' என்று நகர்ந்தவர்கள்தான். உத்தரப் பிரதேசம், மத்தியப் பிரதேசம் போன்ற இடங்களில் சென்று 'கோலாரு' என்று சொன்னால் 'எந்தக் கோலாரு' என்று கேட்பார்கள். தங்கம் கிடைக்கற இடம் என்று சொல்லிக்கொண்டு ராஜமுந்திரிப் பகுதிகளுக்குக் கூடச் சிலர் சென்றிருக்கிறார்கள். இவர்கள் ஊரூராகச் செல்வார்கள். முதலில் ஒரு ஊருக்குச் செல்வார்கள். அங்கு சில நாட்கள் இருப்பார்கள். அங்கிருந்து வேறு ஊருக்குச் செல்வார்கள். கிடைக்கிற இடத்தில் யாராவது கொடுப்பதைச் சாப்பிட்டுவிட்டு, ஏதாவது வேலை செய்துவிட்டு, அங்கிருந்து வேறு ஊருக்குச் செல்வார்கள்.

அப்படி ஒரு ஊருக்குப் புலம் பெயர்பவர்கள் முதலில் தாங்கள் எந்தச் சாதியைச் சேர்ந்தவர்கள் என்று சொல்ல முடியாது. அப்படிச் சொன்னால் ஊருக்குள் போக முடியாது. வேறு ஊரில் தங்கள் சாதியைச் சேர்ந்தவர்கள் இருக்கிறார்கள் என்று தெரிந்துகொண்டால் போகும் இடங்களில் வேலை செய்து கூலி வாங்கிக்கொண்டு செல்வதுண்டு. சிலர் வழியிலேயே பிடித்த ஊர்களில் தங்கிவிடுவதும் உண்டு. அவர்களது முன்னோர்கள் எப்பொழுது இந்த ஊருக்கு வந்தார்கள் என்று கேட்டால் யாருக்கும் தெரியாது. இந்த நிலைமை எல்லாம் புலம்பெயர்ந்து செல்வதில் இருக்கிறது. வங்க தேசத்தின் டாக்காவில்கூட இந்திய வம்சாவளியினர் இருக்கின்றனர். இதுபோலச் செல்பவர்களின் நிலைமை மோசமாகத்தான் இருக்கிறது.

அவர்களுக்கு எந்த உரிமையும் அங்கு கிடையாது. தமக்கான உரிமையைக் கேட்டுப் பெறும் ஓர்மைகூட அவர்களுக்கு இல்லை. அங்கெல்லாம் தொழிலாளர் இயக்கம் அவ்வளவு வலிமையாக இல்லை. அதனாலெல்லாம் நிறைய பிரச்சினைகள் இருக்கிறது.

**பெமு: வெளிநாடுகளில் எல்லாம் மலம் அள்ளுவதற்கு அல்லது அகற்றுவதற்கு மனிதர்களைப் பயன்படுத்தாமல் நவீன முறைகளைக் கையாளுகிறார்களே, நீங்கள் சென்ற நாடுகளிலேயே எந்த நாடு இம்முறையில் சிறப்பாகச் செயல்படுகிறது?**

மேற்கத்திய நாடுகள் இதில் சிறப்பான முறையில் செயல்படுகிறார்கள். அதிலும் ஜெர்மன், ஆஸ்ட்ரியா, ஸ்பெயின், ஸ்விட்சர்லாந்து போன்ற நாடுகள் சிறப்பாக இருக்கிறார்கள். லண்டன், அமெரிக்கா எல்லாம் கூடக் கொஞ்சம் பரவாயில்லை. ஓரளவிற்குச் செய்கிறார்கள். ஆப்பிரிக்க நாடுகளில் இன்னும்

சில இடங்களில் இதுபோல மோசமாக இருக்கிறது என்றுதான் சொல்லுகிறார்கள். ஆனால் அங்கெல்லாம் இவ்வாறான பணியில் ஈடுபடும் மனிதர்களை ஒரு சமுதாயமாக மாற்றி அதில் ஈடுபடுத்தும் நிலை இல்லை. என்றாலும் அங்கெல்லாம் நான் சென்று பார்க்கவில்லை என்பதால் எதையும் தெளிவாகச் சொல்ல இயலாது. வெளிநாடுகளில் சிலரிடம், 'இதுபோன்ற வேலைகளைச் செய்வது சாதி அடிப்படையில் செய்கிறார்களா?' என்று கேட்டால், 'அப்படியெல்லாம் இல்லை. எங்களுடைய பிரதமர் கூட இதையெல்லாம் செய்திருக்கிறார்' என்று சொல்லுகிறார்கள். நமக்குத் தெரியாது இதெல்லாம். எனக்கும் தெரியாது.

எனக்குத் தெரிந்த வரை ஆசிய, தெற்காசிய நாடுகளில் பாகிஸ்தான், நேபாளம், வங்கதேசம் வரையிலும் இந்தப் பிரச்சினை இருக்கிறது. நாம் செய்ய வேண்டிய வேலைகள் பாகிஸ்தானிலும் இருக்கிறது. இங்கெல்லாம் சாதி அடிப்படையில் நடக்கிறது. இந்த நாடுகளில் சாதிகள் இன்று வரையிலும் இருக்கிறது என்பதால், இந்த வேலைகளும் இருந்துகொண்டே இருக்கின்றன. மற்ற நாடுகளில் இது போன்ற வேலைகளில் ஈடுபடுத்தப்படுபவர்களுக்கும் ஏதாவது செய்ய வேண்டும் என்ற ஆசை இருக்கிறது. பார்க்கலாம், என்ன நடக்கிறது என்று!

என்னிடம் இதற்கெல்லாம் ஆவணங்கள் இருக்கின்றன. வங்காள தேசத்திற்கு இரண்டு முறை சென்று வந்துள்ளேன். ஒவ்வொரு முறையும் இரண்டிரண்டு நாட்கள்தான் அங்கிருந்தேன். அதற்குள்ளாகவே தேவையான தரவுகளையும் ஆவணங்களையும் திரட்டிவிட்டேன். அங்கிருக்கும் அமைப்புகள் எல்லாம் ஆச்சரியப்பட்டார்கள். 'எப்படியப்பா இதையெல்லாம் திரட்டின? இவ்ளோ நாளா எங்களால் இதைச் செய்ய முடியவில்லை, என்று ஆச்சரியப்பட்டார்கள். பத்துப் பதினைந்து வருடங்களாக இங்கேயே இருக்கும் எங்களுக்குக்கூட இதெல்லாம் தெரியவில்லை என்றார்கள்.

முனிசிபாலிட்டியில் இருக்கும் ஆட்களை வைத்துக்கொண்டே இந்த வேலைகளை எல்லாம் முடித்துக்கொண்டேன். ஆகவே இரண்டே நாட்களில் எல்லாம் முடிந்துவிட்டது. நேபாளத்தில் இதுபோலப் பார்த்ததுண்டு. இலங்கைக்குச் செல்லவில்லை. இன்னும் இரண்டு மூன்று நாடுகளுக்குப் போக வேண்டும். அங்கெல்லாம் சென்று பார்த்தால்தான் தெரியும். ஆனால் மக்கள் சொல்லுகிறார்கள், இதெல்லாம் இன்னும் இருக்கிறது என்று. நம் நாட்டில் இருக்கும் அளவிற்கு அதிகமாக இருக்காது. நம் நாட்டில் மக்கள்தொகை மிக அதிகம். ஆகவே பிரச்சினையும் மிக அதிகமாக இருக்கிறது.

பெமு: சமீபத்தில் ஒரு செய்தி படித்தேன். இந்தியாவில் 13,500 பேர் கையால் மலம் அள்ளும் தொழிலாளர்களாக இருக்கிறார்கள் என்று. அதிலும் கிட்டத்தட்ட 11,000 தொழிலாளர்கள் உத்திரபிரதேசத்தில் மட்டும் இருக்கிறார்கள் எனப் புள்ளிவிவரத்துடன் சொல்லி இருந்தார்கள். மற்ற மாநிலங்களில் 200 அல்லது 300 தொழிலாளர்கள்தான் இருக்கிறார்கள் என்பது போலச் சொல்லியிருந்தார்கள். எங்கிருந்து எடுத்த புள்ளிவிவரங்கள் என்பதும் தெரியவில்லை. இதில் உத்திரப் பிரதேசத்தில்தான் மிக அதிகமான தொழிலாளர்கள் இருப்பதாகப் போட்டிருக்கிறார்கள். இதற்குக் காரணம் என்ன?

உத்திரப்பிரதேசம் என்பது ஒரு மாநிலம் அல்ல. தனி நாடு போன்றது. சரியாகத் தெரியவில்லை என்றாலும் கிட்டத்தட்ட 25 கோடி மக்கள் வசிக்கும் மாநிலம் அது. இவ்வளவு மக்கள் தொகை வேறெந்த மாநிலத்திலும் இருக்க முடியாது. ஒரு நிலவுடைமைச் சமூகமாகவே இன்னும் இருப்பதால் மலம் அள்ளும் தொழில் தொடர்ந்து கொண்டிருக்கிறது. அது வளர்ச்சி பெற்ற மாநிலமும் அல்ல. நகர்மயமாக்கம் இன்னும் சரியாக நடக்கவில்லை. மக்கள் தொகை அடிப்படையில் தமிழ்நாட்டுடன் ஒப்பிட்டுப் பார்த்தால் உத்திரப்பிரதேசம் மிகப் பெரிய மாநிலம்தான். அதனால் இந்த மாதிரி விஷயங்களில் தமிழகத்துடன் ஒப்பிட்டும் பார்க்க முடியாது.

பெ.மு: துப்புரவாளர்களைப் பற்றியான சட்டப் போராட்டங்களை நிறையவே செய்திருக்கிறீர்கள். இப்பொழுது இந்தத் தொழிலாளர்களுக்கென என்ன வகையான சட்டங்கள் இருக்கின்றன? இப்பொழுது இருக்கும் சட்டங்கள் போதுமானவையா? அந்தச் சட்டங்களில் என்ன வகையான மாற்றங்களைக் கொண்டு வர வேண்டும்? இல்லையேல் புதுச் சட்டங்கள் தேவையா? இவற்றைப் பற்றியெல்லாம் விரிவாகச் சொல்லுங்கள்.

விஷயம் என்னவென்றால், ஏதோ ஒரு சட்டத்தை இவர்கள் போட்டு விடுவார்கள். ஆனால் தெளிவாக அதைச் செயல்படுத்த மாட்டார்கள். சட்டத்தைச் செயல்படுத்துவதுதான் மிக முக்கியமான விஷயம். சட்டம் என்பது ஓர் இயக்கம். காந்தி நூற்றாண்டு விழா, அம்பேத்கர் நூற்றாண்டு விழா என ஏதேனும் வரும்பொழுது எதையாவது செய்யவேண்டும் என்பதற்காகச் சட்டத்தை இயற்றிவிடுகிறார்கள். இல்லையேல் ஓர் இயக்கமாகப் போராடினால் ஒரு சட்டத்தை இயற்றுவார்கள். நிர்பயா போன்ற இயக்கத்தை இங்கு கவனத்தில் கொள்ளலாம்.

சட்டத்தை இயற்றுவதும் அமல்படுத்துவதும் இங்கே மிகவும் கொடுமையாக இருக்கிறது, இவற்றையெல்லாம் தடுத்து நிறுத்த வேண்டும் என்பதற்கு என்னவெல்லாம் தேவை என்பதை

யோசித்துச் சட்டத்தை இயற்றினால் அது நடக்கும். இவர்கள் சட்டத்தை இயற்றுவதே ஏதோ ஒன்றைச் செய்யவேண்டும் என்பதற்காகத்தான். இதைத் தடுத்து நிறுத்தவேண்டும் என்றெல்லாம் இவர்கள் எதையும் செய்வதில்லை. இவர்களின் நோக்கம் சரியில்லை. இந்தச் சட்டம் தேவையென்று கேட்டீர்கள். நாங்களும் இயற்றிவிட்டோம். ஆகவே வேலை முடிந்தது என்பதுதான் அவர்களின் எண்ணம்.

துப்புரவுத் தொழிலிலேயே மிகவும் மோசமானது கையால் மலத்தை அள்ளுதல். ஆனால் சமூகத்தில் அவ்வாறான பணி இருக்கக்கூடாது என்னும் நோக்கம் அவர்களிடம் இல்லை. அந்த நோக்கம் இருந்திருந்தால் சட்டத்தை இயற்றியதோடு அல்லாமல் அது முறையாகச் செயல்படுத்தப்படுகிறதா என்பதையும் கவனம் எடுத்துப் பார்ப்பார்கள். அவர்களின் நோக்கமே யாரேனும் குரலெழுப்பினால் அக்குரலை அமைதிப்படுத்துவதுதான். ஆகவேதான் நம்மிடம் இதுபோன்ற விஷயங்களில் செயலூக்கம் இல்லாமல் இருக்கிறது. பாபா சாகேப் அம்பேத்கர் அதைத்தான் சொல்லுகிறார். சட்டத்தை இயற்றிவிட்டோம். ஆனால் அது தாமாகவே அமலாகிறது. அதற்கு ஒரு செயலூக்கம் இருக்க வேண்டும். அதற்குத் தொடர்புடைய அரசியல் வட்டமும் இருக்க வேண்டும். மக்களின் ஆதரவும் இருக்கவேண்டும். அப்படி இருந்தால்தான் இதுபோன்ற விஷயங்களில் நேர்க்கோட்டில் செல்ல இயலும்.

இப்பொழுது என்னவெனில் நாம் சட்டம் வேண்டுமென்று கேட்டோம். அவர்களும் இயற்றிவிட்டார்கள். ஆனால் எப்படி நம் இலக்கை அடைவது? சட்டத்தை வேண்டிப் போராடியது போலவே இலக்கை அடையவும் போராட வேண்டும். ஒரு விஷயத்திற்காகப் போராடுகிறோம், அதை அடைய இன்னொரு போராட்டம், இலக்கை அடைவதற்கு இடையே தொய்வு ஏற்பட்டால் அதற்காக மீண்டும் போராட்டம் என போராடிக்கொண்டே இருக்க வேண்டும். இதுதான் நிலை.

**பெமு: இப்பொழுது இருக்கும் சட்டத்தை அமல்படுத்தினாலே போதுமானது என்று நினைக்கிறீர்களா? அந்த அளவிற்குச் சட்டங்கள் இருக்கின்றனவா?**

இல்லவே இல்லை. மேம்படுத்தும்படியாக எதுவும் இல்லை. சட்டத்தை இயற்றுவதற்காகவே நம் நாட்டில் ஒரு குழு இருக்கிறது. அவர்களைத்தான் நாடாளுமன்றத்திற்காக நாம் தேர்ந்தெடுக்கிறோம். லோக் சபா, ராஜ்ய சபா ஆகிய நாடாளுமன்ற உறுப்பினர்களின் அடிப்படை வேலையே அவர்களுடைய

தொகுதியில் தண்ணீர் வருகிறதா இல்லையா என்பதை எல்லாம் பார்ப்பது கிடையாது. உள்ளூர் அமைப்புகள்தான் அதைப் பார்க்க வேண்டும். சட்ட வரையறைகளைத்தான் நாடாளுமன்ற உறுப்பினர்கள் பார்க்கவேண்டும். சட்டமும் அமலாக்கமும் எப்படி இருக்கவேண்டும் என்பதைத்தான் அவர்கள் பார்க்கவேண்டும். சட்டத்தை இயற்றுவதையும் அமலாக்கப் புள்ளி விவரங்களையும் ஏதேனும் குழுவில் இருந்துகொண்டு பார்க்கலாம்.

இன்றைய நிலையில் நம் அரசாங்கம் நடைபெறுவதற்கான சட்டத்தை இயற்றுபவர்கள் அரசு அதிகாரிகளாகத்தான் இருக்கிறார்கள். சட்டம் வந்த பிறகும் அதை முழுமையாக அமல்படுத்தாமல் தடுத்து நிறுத்துவதே அதிகாரிகள்தான். அந்த அதிகாரிகளுக்குத்தாம் நாம் சொல்கிறோம், ஒழுங்கான சட்டத்தைக் கொண்டு வா என்று. அவர்களுடைய நோக்கம் அதைச் சரியாகச் செய்வதாக இருந்திருந்தால், முன்பு இருந்த சட்டங்களே போதும். அது போதாமல் புதிதாகச் சட்டத்தை எதற்குக் கேட்கிறோம்? பொதுஊழியர்கள் பொறுப்புணர்வுடன் இருக்கவேண்டும் என்பதற்காகத்தான். அதற்கான சட்டத்தைக் கேட்கும்பொழுது அதை ஆரம்பத்தில் நிர்ணயிப்பவர்கள் அதிகாரிகளாகத்தான் இருப்பார்கள். சட்ட சரத்துகளில் எதெல்லாம் இருக்கவேண்டும், எதையெல்லாம் நீக்கவேண்டும் என்பதை அவர்கள்தான் முடிவெடுக்கிறார்கள்.

உதாரணமாக கையால் மலம் அள்ளுவதை ஒழிப்பது பற்றிய 1993 சட்டம் இருக்கிறது. அப்படி யாரேனும் இருந்தால் அவரைக் கண்டுபிடிப்பதும் அவருக்கான மறுவாழ்வு சார்ந்த உத்தரவாதத்தை அளிப்பதும் மாவட்ட ஆட்சியரின் பொறுப்பு என இந்தச் சட்டம் சொல்கிறது. மாவட்ட ஆட்சியரின் பணி அது. அந்தப் பணியை ஒழுங்காகச் செய்யவில்லை எனில் யாரேனும் ஒருவர் அவரை தண்டிக்க வேண்டும்தானே. அவ்வாறு தண்டனை கொடுக்கும் அதிகாரமும் மாவட்ட ஆட்சியருக்குத்தான் உண்டு. எனில் வேலை எப்படி நடக்கும்? இது சரியில்லை என்று சொன்னதற்கு இன்னொரு அதிகாரியை நியமித்திருக்கிறார்கள். ஆனால், முடிவாக ஓர் இடத்திற்கு வர மறுக்கிறார்கள்.

ஒரு தொழிற்சாலை இருக்கிறது. அங்கு பத்து வருடங்களாக உற்பத்தியே இல்லை. ஆகவே பொதுமேலாளர் என ஒருவர் அந்தத் தொழிற்சாலைக்கு இருந்தால் அவரைப் பணியிலிருந்து நீக்கம் செய்துவிடுவோம் அல்லது மாற்றம் செய்வோம். கையால் மலம் அள்ளும் வேலை இல்லை என்றால் அதைச் செய்யும் தொழிலாளர் எதற்கு? மாவட்ட ஆட்சியரிடம் பல்வேறு தருணத்தில் முறையிட்டு ஆகிவிட்டது. அவர்கள் எதையும் செய்ய மறுக்கிறார்கள். இவ்வாறு

இருக்கும்போது அவருக்குத் தண்டனை கொடுக்கும் அதிகாரம் யாருக்கு இருக்கிறது என்பதைத் தெரியப்படுத்த வேண்டும்தானே! அதற்கான சட்ட உட்பிரிவே இல்லை. இதை ஒழுங்கு செய்யப் பெறுப்புணர்வுடன் கூடிய செயல்முறை இருக்க வேண்டும். கால வரையறைக்கு உட்பட்டுச் சில சட்ட வரையறைகளை நாம் இயற்ற வேண்டும். சில நாட்களிலேயோ வாரங்களிலேயோ மாதங்களிலேயோ ஆண்டுகளிலேயோ இதற்கான தீர்வு கிடைக்க வேண்டும்தானே. அவ்வாறு நடக்கவில்லை எனில் தண்டனை அளிக்கவேண்டும் அல்லவா?

சமீபத்தில் புதிய சட்டம் இயற்றும் பரிந்துரைக் குழு ஒன்றை அமைத்திருக்கிறார்கள்.

**பெமு: 1993க்குப் பிறகு அமைத்தார்களா?**

2014இல் அமைத்தார்கள். கழிவுநீர், மலக்குழி, குப்பையை அகற்றுதல் உள்ளிட்ட துப்புரவுப் பணிகள் எல்லாமும் அதில் அடக்கம். அது வரையிலும் சரிதான். ஆனால் தேவையின் பொருட்டு மத்திய, மாநில அரசுகள் ஒருவரை நேரடியாகக் கழிவுகளை அகற்றும் பணியில் ஈடுபடுத்த அறிவிப்பு செய்தால் அது மனிதத் துப்புரவு இல்லையா? எனில் எல்லாவற்றுக்குமே இவர்கள் அறிவிப்பை வெளியிடலாமே. மாவட்ட ஆட்சியரின் மூலமோ சட்டசபை உரையின் மூலமோ இந்த அறிவிப்பை எளிதாகச் செய்துவிட முடியுமே.

இந்தச் சட்டம் 2011இல் வந்திருந்தாலும் 2014இல்தான் உச்ச நீதிமன்றத் தீர்ப்பு வந்தது. அந்தத் தீர்ப்பில் எல்லோருக்கும் பத்து லட்ச ரூபாய் கொடுக்க வேண்டும் என்ற சரத்து உள்ளது. ஆனால் அந்தப் பணத்தை யார் அவர்களுக்குக் கொடுக்க வேண்டும் என்பதை மத்திய அரசு தீர்மானிக்கவில்லை. துப்புரவுப் பணியின்போது யாரேனும் இறந்துவிட்டால் உடல்தான் அங்கிருக்கும். அதன் பிறகான எந்த அறிவிப்பும் வராது. ஓரிரு நாளில் சவ அடக்கம் எல்லாம் நடந்து முடிந்துவிடும். ஆனால் இந்த இழப்பிற்கு யார் பொறுப்பேற்கப் போவது என்பது மாவட்ட ஆட்சியர் தொடங்கி மாநில முதலமைச்சர் வரையிலும் தலைமைச் செயலர் முடிய யாருக்கும் தெரியாது. அதிகாரத்தில் இருப்பவர்களுக்கு நல்ல மனதிருந்தால் நிவாரண நிதியிலிருந்து ஏதேனும் கொடுத்துக் குடும்பங்களுக்கு உதவுவார்கள். இல்லையெனில் எதுவும் கிடைக்காது.

**பெமு: சட்டத்தில் இவர்கள்தான் இழப்பீட்டை வழங்கவேண்டும் என எந்தக் குறிப்பும் இல்லை?**

இல்லவே இல்லை. அவ்வாறான ஒன்றை இல்லாமலேயே செய்துவிட்டார்கள். ஏனெனில் சட்டம் முன்பே இயற்றி விட்டார்கள். அதன் பிறகுதான் உச்ச நீதிமன்றத் தீர்ப்பு வந்தது. யார் இதற்குப் பொறுப்பேற்பது என்று இப்பொழுது நாங்கள் தெளிவாகக் கேட்கிறோம். மாநில அரசு கொடுக்க வேண்டும். யூனியன் பிரதேசங்களுக்கு யார் கொடுக்க வேண்டும்? மாநில அரசு பொது நிவாரண நிதியிலிருந்து கொடுக்கிறது. ஆனால் முனிசிபாலிட்டியில் யார் அதற்குப் பொறுப்பு? எந்தத் திட்டமாக இருந்தாலும் எந்த வழிமுறையாக இருந்தாலும் அதைச் செயல்படுத்த ஒரு முறைமையை நாம் அவசியம் வைத்துக்கொள்ள வேண்டும்.

இப்போது புதிதாக ஒன்றைச் சொல்லி இருக்கிறார்கள். ஒப்பந்ததாரர்தான் அதற்கான பொறுப்பை ஏற்க வேண்டும். காப்பீடுகளின் மூலம் அவர்களுக்கான பாதுகாப்பையும் விபத்துக் கால இழப்பீடுகளையும் வாங்கித்தர பொறுப்பேற்க வேண்டும் எனச் சொல்லி இருக்கிறார்கள். இதன் மூலம் தங்களுடைய பொறுப்பை இன்னொருவர் மீது போடுகிறார்கள். அதே நேரத்தில் தமது கடமையிலிருந்து தப்பித்துக்கொள்வதற்காக இது போன்ற திருத்தங்களைக் கொண்டு வருகிறார்கள். இது மிக மோசமான மனோபாவம்.

ஒடுக்கப்பட்டவர், பழங்குடியினர், விளிம்புநிலை மக்களின் வாழ்வியல் மேம்பாட்டிற்கான பொறுப்பு அரசாங்கத்திடம் இருக்கும்போது அந்த மக்களால் தமது உரிமைக்காகப் பேசிப் போராட முடியும். தனிப்பட்ட ஒரு நபரின் பொறுப்பில் இவர்களுடைய வாழ்வாதாரத்தின் பாதுகாப்பு முடக்கப்படும்போது இவர்களின் குரல் நசுக்கப்படும். ஆகவே விளிம்பு நிலை மக்களின் குரல்வளையை நெரிக்கும் சட்டத் திருத்தங்களைத்தான் மத்திய அரசு கொண்டு வந்திருக்கிறது. ஓர் இந்தியக் குடிமகனாக எல்லா இடத்திலும் நமக்கான உரிமைகள் இருக்கின்றன என்றாலும் கிராமப் பகுதிகளில் இருக்கும்போது எதையும் கேட்டுப் பெறும் உரிமையெல்லாம் நமக்கு இருக்காது. அதுபோன்ற பகுதிகளில் எதையும் கேட்டுப்பெறுவதில் சிக்கல் இருக்கிறது. இவ்வாறான உரிமைகள் இருக்கின்றன என கிராமக் குடிமக்களுக்குத் தெரியவும் தெரியாது.

**பெமு:** தற்போது துப்புரவுத் தொழில் சம்பந்தப்பட்ட வேலைக்கு ஆள் எடுப்பதை எந்த அரசும் பணி உத்தரவாதத்துடன் நிரந்தரப் பணியாளர்களாக எடுப்பதில்லை. அலுவலகம், இதரப் பணியிடங்களில் அதை ஓர் ஒப்பந்ததாரரிடம் விட்டுவிடுகிறார்கள். இவர்களெல்லாம் தினக்கூலிகளாக நியமிக்கப்படுகிறார்கள்.

கடந்த 200, 300 வருடங்களாக, அவ்வளவு ஏன் நூறு வருடங்களை எடுத்துக்கொள்வோம். அழுத்தி வைக்கப்படும் சமூகத்தைச் சேர்ந்தவர்கள் எப்படியாவது கிராமத்தை விட்டு வெளியில் செல்ல வேண்டும் என்பதை நோக்கமாக வைக்கும்போது, நகரங்களுக்கு அவர்கள் புலம்பெயர்ந்த பிறகு எந்த வேலையைச் செய்ய வேண்டும் என்பது தெரியாத போது, அதில் சிலர் முனிசிபாலிட்டி வேலைக்கு வந்தார்கள். கழிவுகளை அகற்றும் வேலை செய்வதால் நாள் முழுவதும் அவர்கள் வசிக்கும் பகுதிகளில் தண்ணீர் வசதி இருக்கவேண்டும். குடியிருக்க வீடுகளைக் கொடுக்க வேண்டும். வசிக்கும் வீட்டிற்கு வாடகையை வசூலிக்கக் கூடாது எனச் சில சலுகைகளை அரசு அறிமுகம் செய்தது. இதுபோன்ற வசதிகளைப் பார்த்துவிட்டு நகரத்திற்குப் புலம்பெயர்ந்த அழுத்தப்பட்ட விளிம்புநிலைச் சமூகத்தைச் சேர்ந்தவர்களைப் பயன்படுத்திக்கொண்டார்கள்.

நகர்மயமாக்கல் வந்த பிறகுதான் இதுபோன்ற துப்புரவுப் பணிகள் விதவிதமாக உருவெடுத்தன. அதற்கு முன்பிருந்த தனிநபர் சார்ந்த துப்புரவுப் பணிகள் வேறு விதமானவை. முனிசிபாலிட்டியில் ஒரு பணியாளர்களாகத் துப்புரவாளர்கள் உருவானது நகர்மயமாக்கலுக்குப் பிறகுதான். இங்குதான் அது நிறுவனமயமானது. அதற்கு முன்பு சாதிய அடுக்கில் இதுபோன்ற பணிகளில் சிலர் அமர்த்தப்பட்டார்கள். சாதிய அமைப்பில் அதை அடிமைமுறை என்றும்கூடச் சொல்லலாம். நிறுவனமயமான பிறகு தினக் கூலியோ வாரக் கூலியோ மாதச் சம்பளமோ ஆண்டுச் சன்மானமோ இதர வீட்டு வசதிகளோ பயணப் படிகளோ இதில் கிடைக்கும். வாரிசுகளுக்கும் இந்த வேலை கிடைக்கும். இதே வசதிகளை அவர்களும் அனுபவிக்கலாம்.

இதெல்லாம் மேலோட்டமாகப் பார்த்தால் நல்ல விஷயமாகத் தெரியும். ஆகவேதான் ஒரு சமுதாயமே இந்தத் தொழிலில் ஈடுபட்டார்கள். பணிக்கு வந்த பிறகு அவர்களின் உழைப்பை எந்த அளவிற்குச் சுரண்ட முடியுமோ அந்த அளவிற்குச் சுரண்டிவிடுகிறார்கள். மேலும் இந்தச் சமுதாயத்தைச் சேர்ந்தவர்கள் குடிக்கும் அடிமைகளாக இருக்கிறார்கள். படிப்பு, சுகாதாரம், சேமிப்பு என எதுவும் அவர்களிடம் இருக்காது. இது எல்லாமே அவர்களிடம் ஒழுங்கீனமாகக் கலைந்திருக்கும். ஆனால், வேலைக்கான போட்டி இருப்பதால் லஞ்சம் கொடுத்தும் இந்த வேலையை வாங்க முன்வருகிறார்கள். இது அரசாங்கத்தினுடைய குற்றம்.

**பெமு: மலம் அள்ளுதல், துப்புரவு பணி செய்தல் சார்ந்த வரலாற்று ரீதியிலான தொடர்ச்சியைப் பற்றி என்ன நினைக்கிறீர்கள்? பழைய**

காலத்திலும் அரசர்களின் தலைநகரம், நகர அமைப்புகள் இருந்திருக்கின்றன. அது போன்ற காலங்களில் துப்புரவு செய்பவர்கள் எப்படி இருந்தார்கள்? ஆதி காலம் தொட்டே குறிப்பிட்ட சாதிதான் அதில் இருந்ததா? இதர சமூகத்தைச் சேர்ந்தவர்கள் அதில் இல்லையா?

பாஹியான் என்ற சீனர் இந்தியாவிற்கு விஜயம் செய்தார். அவர் எழுதிய வரலாறுதான் நம்மிடம் இருப்பது. நம்முடைய ஆட்கள் யாருமே வரலாற்றை எழுதி வைக்கவில்லை. அப்படியே எழுதி இருப்பதிலும் ஒரு சமூகத்தைச் சேர்ந்த மக்கள் மனித மலத்தை அகற்றி இருக்கிறார்கள் என்றுதான் குறிப்பிட்டிருக்கிறார்கள். இறந்த விலங்குகளின் மாமிசத்தை அவர்கள் உண்பதாகவும் எழுதியிருக்கிறார்கள். பதினான்காம் நூற்றாண்டா பதினைந்தாம் நூற்றாண்டா என்பது சரியாக நினைவிலில்லை. பாஹியான் என்பவர் பரவலாக அறியப்படும் வரலாற்றாளர்தான். அவர் வந்து சென்றபோதுகூட மனித மலத்தை அகற்றும் துப்புரவாளர்கள் இருந்திருக்கிறார்கள்.

அதற்கு முன்பெல்லாம் நாராயினா சங்ஹிதா என்ற புராணத்தில் சண்டாளா என்றொரு சாதி வருகிறது. சண்டாளர் சாதியைச் சேர்ந்தவர்கள் எந்தெந்த வேலையை எல்லாம் செய்யலாம் என்று அவர்கள் குறிப்பிட்டிருக்கிறார்கள். துப்புரவு, குப்பையை அகற்றுதல், இறந்த விலங்குகளை மனிதர்கள் வாழும் சுற்றுப்புறத்திலிருந்து அகற்றுதல், இடுகாட்டிற்கு இரவுக் காவலாளியாக இருத்தல் போன்ற பணிகளுடன் மலம் அள்ளும் பணியும் ஒதுக்கப்பட்டிருக்கிறது. ஆகவே இதனை முகலாயர்கள் கொண்டு வந்தார்கள், பிரித்தானியர்கள் கொண்டுவந்தார்கள், சீனர்கள் கொண்டுவந்தார்கள் என்று குறிப்பிட்டுச் சொல்ல முடியாது.

உலகின் எல்லாச் சமுதாயத்திலும் இது போன்ற பணிகளில் மனிதர்கள் ஈடுபடுத்தப்பட்டார்கள். யாரெல்லாம் விளிம்பு நிலையில் உள்ளார்களோ அவர்களெல்லாம் இதுபோன்ற பணிகளில் அமர்த்தப்பட்டுத் துப்புரவாளர்களாக இருந்திருக்கிறார்கள். வளர்ந்த ஐரோப்பிய நாடுகளில் துப்புரவுப் பணியைப் புலம்பெயர்ந்த ஆப்பிரிக்கர்களே செய்வார்கள். வேறு யாரும் இல்லை என்று சொல்லமுடியாது. ஆனால், பெரும்பான்மையானோர் இவர்களாகத்தான் இருப்பார்கள். போரின் போது தோற்றவர்களை வெளியில் விட்டால் கடினம். ஆகவே அவர்களைப் பிரித்து இதுபோன்ற பணிகளுக்கு கிராமங்களுக்கு அனுப்பிவிட்டார்கள். இதன்மூலம்

அவர்கள் மீண்டும் ஒன்று சேரவும் சாத்தியமில்லை என்றும் சொல்லுகிறார்கள்.என்றாலும் இதற்கான வரலாற்று ஆதாரங்களோ ஆவணங்களோ எதுவும் இல்லை.

இந்தியாவைப் பொறுத்தவரை சாதிய அடுக்கில் இதுபோன்ற பணியில் ஈடுபடுத்தப்படுபவர்கள் இருக்கிறார்கள். எனவே இது சாதியப் பிரச்சினையாகவும் இருக்கிறது. அதைப் பற்றிப் பேசாமல் இது மொகலாயர்கள்தான் கொண்டு வந்தார்கள், பிரித்தானியர்கள்தான் கொண்டு வந்தார்கள் என்று பேசுவது வீண் வேலை. முகலாயர்கள் மட்டுமல்ல மத்தியபிரதேசம், உத்திரப் பிரதேசம், பீகார், தமிழகம் உட்பட பல இடங்களிலும் முன்பெல்லாம் வீட்டிலேயே ஒரு பகுதியை ஒதுக்கிப் பெண்கள் மலம் கழிப்பார்கள். அதை அப்புறப்படுத்துவதற்கு ஆட்கள் இருப்பார்கள். மற்ற சமூகங்களைக் காட்டிலும் இஸ்லாம் மார்க்கத்தைச் சேர்ந்த பெண்கள் வெளியில் செல்ல மாட்டார்கள். அவர்களுடைய மலம் கழிக்கும் முறையில் நீண்ட காலத்திற்கு மாற்றம் நிகழாமல் இருந்தது என்கிறார்கள். இந்த விஷயத்தில் முஸ்லீம்களை மட்டும் சுட்டிக்காட்டிச் சொல்லுதல் தவறு. ஏனெனில் இதர மதத்தவர்கள் எல்லாம் எங்கே மலம் கழிக்கிறார்கள்? மதம் சார்ந்த பேதமெல்லாம் இங்கு இல்லை. இந்த விவாதமும் அவ்வளவு சரியல்ல.

பிரித்தானியர்கள்தான் இதனைக் கொண்டு வந்தார்கள் என நானும் நீண்டகாலம் நினைத்திருந்தேன். உண்மையில் ஏற்கனவே இருந்ததைப் பிரித்தானியர்கள் நிறுவனமயமாக்கினார்கள். ஒரு வரைமுறையைக் கொண்டுவந்தார்கள். முஸ்லீம்கள் தனியாகச் சிலரை நியமித்துக்கொண்டார்கள். கிராமம் முழுக்க இந்தப் பணியில் ஈடுபடுபவர்கள் முன்காலத்தில் இருந்தார்கள். வீட்டு வேலைக்கு எடுப்பது போல நிரந்தரமாக வைத்துக்கொண்டார்கள். பணமும் சமூக அதிகாரமும் இருந்ததால் அவ்வாறு செய்தார்கள். பிரித்தானியர்கள் முனிசிபாலிட்டியாக அதை மாற்றினார்கள். ஒரு சமூகமாக அவர்களை மாற்றினார்கள். ஒருசில மாற்றங்கள் இந்தத் தொடர்ச்சியில் இருக்கின்றன.

துடைப்பத்தை விட்டுவிட்டுப் பேனாவைக் கையிலெடுக்க வேண்டும் என அம்பேத்கர்தான் சொன்னார். அப்போதுதான் ஒரு சமூகம் இதுபோன்ற அடிமைத்தனத்திலிருந்து வெளியில் வர முடியுமென்று அவர் முழங்கினார். அப்பொழுதுதான் உங்களுக்கான விடுதலை கிடைக்கும்,துடைப்பத்தைக் கைகளில் வைத்துக்கொண்டு போராட்டம் நடத்துகிறேன் என்றால் அது முடியாதது.இரண்டில் ஒன்றைத்தேர்வு செய்யவேண்டும்.அடிமைத்

தனத்திலிருந்து வெளியில் வரவேண்டும் எனில் வலிமையான முடிவை எடுக்க வேண்டும் என்று அம்பேத்கர் பரிந்துரைத்தார். மற்றவர்கள் கேலி பேசுவார்கள். தோட்டி என்றெல்லாம் அழைத்து அவமதிப்பார்கள். ஒருசிலர் 'நீங்களெல்லாம் எங்களது அன்னை போல' என்று சொல்லி ஏமாற்றுவார்கள். இந்த வகையிலான மனோபாவமும் இருந்தது. இப்போதும் இருக்கிறது. ஆனால் இதுபோன்று ஒரு சமுதாய மக்கள் முற்றிலும் அடிமை முறையில் துப்புரவுப் பணியில் ஈடுபடுத்தப்படுவது முற்றிலுமாக ஒழிக்கப்பட வேண்டும் என்று சொல்லியவர் அம்பேத்கர்.

**பெமு: சொந்த ஊரில் இதுபோன்ற பணிகளைச் செய்வதற்கு வெட்கப்பட்டார்கள் என்று சொல்லியிருந்தீர்கள். ஏதோ ஒரு காரணத்தினால் புலம்பெயர்ந்தவர்கள் இந்தப் பணியைப் பிழைப்புக்காக ஏற்றுக்கொண்டு செய்கிறார்கள் என்றும் சொன்னீர்கள். அதுபோலத் தமிழகத்தில் தெலுங்கு மொழியைப் பேசக்கூடியவர்கள் கணிசமாக இதுபோன்ற பணிகளில் இருக்கிறார்கள். தமிழ்த்தேசியம் போன்ற கருத்தாடல்கள் வரும்பொழுது தமிழகத்தைச் சேர்ந்தவர்கள் இல்லை என மொழியின் காரணமாக அவர்களை அந்நியமாகப் பார்க்கக்கூடிய பார்வை இருக்கிறது. அரசியல் ரீதியாக இந்தச் சிக்கலை எப்படி எதிர்கொள்வது?**

ஒரு விஷயம் என்னவென்றால் இந்த நாட்டின் குடிமகனாகக் கருத்தை வளர்த்தெடுத்துக்கொள்ள நம்மால் இயலவில்லை. தேர்தல் சமயங்களில் மட்டும்தான் நாமெல்லாம் இந்தியர்கள் என்று சொல்லிக்கொள்கிறோம். 'நாமெல்லாம் இந்தியர்கள், இந்தியா எனது நாடு' என்றெல்லாம் முழங்குவோம். பள்ளிகளில் சேரும்போதோ, வேலையில் சேரும்போதோ மாநில அடையாளம் பிரதானமாகப் பின்பற்றப்படுகிறது. கர்நாடகம், ஆந்திரா, தமிழ்நாடு, கேரளா ஆகிய தென்னிந்திய மாநிலங்கள் ஒரே நாடாகத்தான் இருந்தன. இம்மாநிலங்கள் எல்லாம் மதராஸ் சமஸ்தானமாக இருந்தபோது அவரவர் பகுதிகளில் இதுபோன்ற பணிகளில் ஈடுபட வெட்கம், இயலாமை, தாழ்வுணர்ச்சி எல்லாம் இருந்தது. அதுவே வேறு பகுதிகளுக்குச் சென்று இதே வேலையைச் செய்வதில் அவர்களுக்குப் பிரச்சினை இல்லை. இங்கிருந்து இலங்கை வரை கூட இதுபோன்ற பணிகளில் ஈடுபடச் சென்றிருக்கிறார்கள். வங்கதேசம், நேபாளம் போன்ற நாடுகளுக்கும் இது சார்ந்து புலம் பெயர்ந்தவர்கள் இருக்கிறார்கள். நாகாலாந்தில் கூட இருக்கிறார்கள். இது பெரிய வரலாறு. சுருக்கமாகச் சொல்ல முடியாது. மேலும் எனக்கு இது பற்றித் தெரிய வந்ததும் மிகக் குறைவுதான்.

ஒரே நாடாக இருந்தபோது நெல்லூர், ஓங்கோல், விசாகப்பட்டினம் எனப் பல்வேறு ஊர்களிலிருந்தும் வெவ்வேறு இடங்களுக்குச் சென்றார்கள். சிலர் மதராசுக்குச் சென்றார்கள். அங்கு வேலை இல்லை என்றதும் யாரோ ஒருவர் சொல்லக் கேட்டு மதுரைக்குச் சென்றார்கள். அங்கும் வேலை சிலருக்குத்தான் இருந்தது என்றதும் அதில் சிலர் கோயம்புத்தூருக்குச் சென்றார்கள். கேரளாவிற்குக் கூடச் சிலர் சென்றார்கள். கன்னியாகுமரி, ராமநாதபுரம் என்று எல்லா இடங்களிலும் இவர்கள் விரவி இருக்கிறார்கள். எல்லோரும் தெலுங்கு பேசக் கூடியவர்கள்தான்.

இவ்வாறு புலம்பெயர்ந்து சென்ற சமயங்களில் வெவ்வேறு மாநிலங்களாக இவை இல்லை. ஒரே சமஸ்தானமாகத்தான் இருந்தது. நம்முடைய நிர்வாக வசதிக்காக மாநிலங்களை மொழிவாரியாகப் பிரித்துக்கொண்டோம். அவ்வாறு பிரித்தபோது யாரெல்லாம் அந்தப் பகுதிகளில் இருந்தார்களோ அவர்களெல்லாம் அந்தப் பிராந்தியத்தைச் சேர்ந்தவர்களாக ஆகிறார்கள்.கர்நாடகாவிலிருந்து ஆந்திராவுக்கும் தமிழ்நாட்டுக்கும், ஆந்திராவிலிருந்து தமிழ்நாட்டிற்கும் கர்நாடகாவிற்கும், தமிழ்நாட்டிலிருந்து கர்நாடகாவிற்கும் ஆந்திராவுக்கும் எனச் சிலர் புலம்பெயர்ந்திருக்கிறார்கள். கேரளம், மகாராஷ்டிரம், உத்திரப்பிரதேசம் எனப் பல மாநிலங்களுக்கும் இதைப் பொருத்திப் பார்க்க முடியும்.

எல்லா இடங்களிலும் புலம்பெயர்ந்தவர்கள் பரதேசி ஆகிவிட்டார்கள். இவர்களெல்லாம் ஒன்று சேர்ந்து தனியாக எங்களுக்கென ஒரு நாடு வேண்டும் எனக் கேட்டால் என்னவாகும்? இப்போதைய தலைமுறை இதையெல்லாம் ஏற்றுக்கொள்ளத் தயாராக இல்லை. என் போன்ற தலைமுறையினரிடம் யாராவது வந்து என் தந்தையையோ சகோதரனையோ தோட்டி என்று அழைத்தால் அமைதியாகச் சென்றோம். இப்போதைய இளம் தலைமுறையினர் அதைக் கேட்டுக்கொண்டு கடப்பதற்குத் தயாராக இல்லை. இந்தியா வளர்ந்து கொண்டிருக்கும் நாடு. இதுபோன்ற சிக்கல்களையும் தீர்த்துக்கொண்டே வளர்ச்சியை நோக்கிச் செல்ல வேண்டும். ஆந்திர மாநிலத்தில் பாதியானது தெலுங்கானாவாகச் சமீபத்தில் பிரிந்துவிட்டது. ஒன்றாக இருந்த மாநிலம் ஆந்திரம்,தெலுங்கானா என இரண்டாகப் பிரிந்துவிட்டது. நாளையே கூட தமிழ்நாடு மூன்று மாநிலங்களாகப் பிரிய நேரலாம். அப்போது இவர்களை எந்தப் பிராந்தியத்தில் சேர்ப்பீர்கள்? ஓர் இந்தியராக நாம் எங்கிருக்கிறோமோ அதுதான் நம்முடைய இடமாக இருக்க வேண்டும். அப்படி இல்லையெனில் இவ்வளவு நாளாக இங்கு அவர்கள் பணியாற்றியதன் அர்த்தம்தான் என்ன?

இல்லாமல் போனால், எல்லோருமே வெளிநாட்டினராகத்தான் கருதப்படவேண்டும்.

ஆகவே அயோத்தியாவில் இருக்கக்கூடிய ராமர் தமிழர்களுக்கு வெளிநாட்டினர்தான். வேறொரு நாட்டில்தானே அவர் பிறந்தார். நாமிருப்பது வேறொரு நாடு. மைசூர் இன்னொரு நாடு. நாமெல்லோருக்குமே இவர் எப்படி ஒரே கடவுளாக ஆகிறார்? நாம் பேசும்போது கொஞ்சமாவது யோசித்துப் பேச வேண்டும். இல்லையேல் இதுபோன்ற பேச்சுகளும் உரையாடல்களும் குழப்பத்திற்கும் சிக்கலுக்கும்தான் வழிவகுக்கும். மக்களை ஒன்றிணைக்கத்தான் யோசிக்க வேண்டுமே தவிர எப்படிப் பிரிக்க வேண்டும் என்று யோசிக்கக் கூடாது. ஜனநாயகத்திற்கு அது நல்லதல்ல. அது துப்புரவாளரோ இயக்குநரோ யாராக வேண்டுமானாலும் இருக்கட்டும். எல்லோருக்கும் ஒன்றுதான்.

மாநிலங்களை மொழி சார்ந்து பிரித்ததுகூடச் சரியில்லை. சென்னையில் இருக்கக்கூடிய தெலுங்கர்களும் கன்னடியர்களும் இந்திக்காரர்களும் மலையாளிகளும் எங்கு செல்வார்கள்? இதர மாநிலங்களிலும் தமிழர்கள் பிழைப்பிற்காகச் சென்றிருக்கிறார்கள்தானே. பெங்களூரின் சிவாஜி நகரில் மிகுதியாகத் தமிழர்கள்தானே இருக்கிறார்கள். இது ஒரே நாடு. யார் வேண்டுமானாலும் எங்கு வேண்டுமானாலும் வசிக்கலாம்.

**பெமு: தொண்ணூறுகளுக்குப் பிறகு தலித் அரசியல் மேலெழுந்து வந்தது. தலித் சமூக இயக்கம் வளர்ச்சி அடைந்து அவ்வாறு வந்துமே கூடப் பட்டியல் இன மக்களையும் ஒடுக்கப்பட்ட சாதிகளையும் ஒன்றிணைத்து உருவான கட்சி அல்லது அமைப்பு போன்றவற்றைப் பெரிதாகப் பார்க்க முடியவில்லை. குறிப்பிட்டதொரு சாதிக்கான அமைப்புகள்தான் இருக்கின்றன. இவ்வாறான பிரிவினைகளைப் பற்றி என்ன நினைக்கிறீர்கள்?**

மக்களைப் பிளவுபடுத்தத்தான் சாதியே தோன்றியது. இங்கு சாதி மட்டுமல்ல, சாதியப் பிரிவுகளும் இருக்கின்றன. ஆண், பெண் என்ற பாலினப் பாகுபாடும் இருக்கிறது. ஆணையும் பெண்ணையும் குடும்பமாகப் பிணைத்துவிட்டார்கள். குடும்பத்தில் எவ்வளவு கருத்து வேறுபாடுகள் இருந்தாலும் சமரசத்துடன் செல்வது போலச் செய்துவிட்டார்கள். நம்மைப் பிரிப்பதற்காகத்தான் சாதியே. அதன் நோக்கமே சமூகத்தைப் பிளவுபடுத்துவதுதான். எவ்வளவுதூரம் மக்களைப் பிரிக்கவும் பிளவுபடுத்தவும் செய்கிறதோ அது வரையிலும் சாதியும் இருக்கும். மக்களை ஒன்றுபடுத்தி இணைத்துவிட்டால் சாதியே இல்லாமல் ஆகிவிடும்.

நாமெல்லோரும் இந்தியர்கள் என்றுதான் சொல்கிறார்கள். ஆனால், கிராமத்திற்கு வந்தால் என்ன சாதியென்று கேட்கிறார்கள். சாதியை விசாரிப்பதோடு நிறுத்தாமல் அதிலென்ன உட்பிரிவு என்றும் கேட்கிறார்கள். அதிலும் நுட்பமாக என்ன கோத்திரம் என்று விசாரிக்கிறார்கள். இது ஓரிடத்தில் நிற்காமல் தொடர்ந்துகொண்டே இருக்கும். அடிமட்டத்தில் இவ்வாறு சமூகம் கூறு போடப்பட்டு இருக்கிறது. ஆனால் மேலே அதிகாரத்தில் உள்ளவர்கள் நாமெல்லாம் இந்தியர்கள் என்று முழங்குகிறார்கள். இந்த முரண்பாடு எதனால்? நாமெல்லாம் இந்துக்கள், இவர்கள்தான் இங்கு பெரும்பான்மையினர் என்று சொல்கிறார்கள்.

சாதி என்று வரும்பொழுது பிராமணர்கள் இரண்டு சதவீதம்தான் இருப்பார்கள். சத்திரியர்களும் இரண்டு மூன்று சதவீதம் இருப்பார்கள். வைசியர்கள் நான்கு சதவீதம் இருப்பார்கள். இவர்கள் எல்லோரையும் சேர்த்தால்கூடப் பதினைந்து விழுக்காடு காணாது. ஆனால் எழுபத்தைந்து சதவீத அதிகாரத்தைத் தம் கைகளிலேயே அவர்கள் வைத்துக் கொள்கிறார்கள். தலித் மக்களுக்கு இந்த வியூகம் எதுவும் தெரியாது. ஆகவே அவர்களின் பின்னால் சென்றுவிடுகிறார்கள். சமூக ஏற்றத் தாழ்வுகளை எதிர்த்துப்போராடும் எல்லோரும் ஓரணியில் திரண்டுவிட்டார்கள் எனில் இவர்கள்தான் பெரும்பான்மையினராக இருப்பார்கள். அவ்வாறு அணிதிரண்டால் அதிகாரம் ஒடுக்கப்படுபவர்களின் கைகளுக்கு வரும். அதெல்லாம் நடக்கக்கூடாது என்பதால்தான் சாதியை உருவாக்கினார்கள்.

எனினும் பாதிக்கப்பட்டவர்கள் எல்லோரும் ஓரணியாகத் திரண்டு ஒருபக்கம் வந்துவிட்டால் அது புரட்சியாக வெடிக்கும். அந்தப் புரட்சி நடக்கக் கூடாது என்பதால்தான் சாதியை உருவாக்கினார்கள். ஒருவரை ஒருவர் அடித்துக்கொள்வது இயற்கை. எவ்வளவு கீழ்ப்படுத்தப்பட்ட சாதியைச் சேர்ந்தவருக்கும் ஒரு கர்வம் இருக்கும். அவருடைய சாதியைச் சேர்ந்த பெருமையை வரலாறாகக் கூறுவார். எவ்வளவு மோசமான நிலையில் இருந்தாலும் முன்னோர்களின் வரலாற்றுப் பின்னணியைக் கூறிப் பெருமைப்பட்டுக்கொள்ள ஒரு காரணத்தை வைத்திருப்பார்கள். அது சரியான காரணம் என்றுகூடச் சொல்ல முடியாது. வாய்மொழியில் கற்பனையும் சேர்த்து உருவாக்கப்பட்ட ஒன்றாகத்தான் இருக்கும். ஐயாயிரம் வருடங்களுக்கு முன்னால் எங்களுடைய முன்னோர்கள் என்று ஏதேதோ சொல்லிவிட்டு இப்பொழுது மலக்கழிவுகளை அகற்றுகிறோம் எனச்

சாதாரணமாகக் கூறிவிட முடியாது. இதுபோன்ற பெருமைகள் எல்லாம் மாயைதான்.

உண்மையில் யாரும் இதுபோன்ற செழிப்பான மரபைக் கொண்டவர்கள் அல்ல என்பதைப் புரிந்துகொள்ளாமல் சண்டையிட்டுக் கொண்டிருக்கிறோம். இதெல்லாம் குற்றத்தின் ஒருபகுதிதான் என்பதை உணரும்போது சத்தியப் படிநிலைகள் தானாகவே கீழே விழுந்துவிடும். இதைத்தான் அம்பேத்கர் வலியுறுத்தினார். சாதியை முற்றிலுமாக ஒழிக்க முடியாவிட்டாலும் சாதியப் பாகுபாடுகளும் சாதியால் உயர்ந்தோர் தாழ்ந்தோர் என்ற படிநிலையும் இருக்கக்கூடாது. யதார்த்தம் என்னவெனில் சாதி இருக்கும்வரை பாகுபாடும் இருக்கும்.

**பெமு: தலித் அரசியல் பற்றிய விழிப்புணர்ச்சியும் புரிதலும் வந்துவிட்டதுதானே. உத்திரப்பிரதேசம் போன்ற மாநிலங்களில் அரசியல் அதிகாரத்திலும் இருந்தார்கள். இவ்வாறான சூழலில் அந்தத் தலைவர்களுக்கு ஒடுக்கப்பட்ட மக்களை இணைக்க வேண்டும் என்பது மாதிரியான எண்ணம் இருந்தாலும் நடைமுறைப்படுத்த முடியவில்லையே!**

நாமெல்லோரும் ஒன்று என்பது ஒரு புரிதல். எல்லோருக்கும் மனத்தளவில் அது தோன்ற வேண்டும். இங்கு நாமெல்லாம் என்பது யார் என்ற கேள்வி எழுகிறது. இந்த 'நாம்'மில் பாதிக்கப்பட்டவர்கள் எல்லோரும் வரவில்லை. நம் சமுதாயத்தில் பள்ளருக்கு ஒரு கட்சி, பறையருக்கு ஒரு கட்சி எனப் பிரிந்து பிளவுபடும்பொழுதே ஓர் எல்லையை வகுத்துக்கொள்கிறோம். அந்த எல்லையிலிருந்து யாரையும் நோக்கி நேசத்துடன் செல்ல முடியாது. ஆனால் ஆந்திராவில் தெலுகு தேசம் என்று சொல்லுவார்கள். எல்லாத் தெலுங்கர்களும் அதை நம்முடைய தெலுகு தேசம் என்று சொல்லுவார்கள். ஆனால் அது கம்ம தேசம். என்.டி.ராமாராவின் சாதி கம்மார். ஆகவே கம்ம தேசம். காங்கிரஸ் என்று இவர்கள் சொல்லுவார்கள். அது ரெட்டியார்களின் தேசம். சாதியின் பெயரில்தான் செயல்படுகிறார்கள். சாதியின் பெயரில்தான் உறுப்பினர்களைத் தேர்ந்தெடுக்கிறார்கள். அந்தந்தக் கட்சியில் அந்தந்தச் சாதியைச் சேர்ந்தவர்கள்தான் முதல்வராகவும் இருப்பார்கள். ஆனால் பொதுவாக அடையாளப்படுத்தப்படும் பெயரைப் பரந்துபட்டதாக வைத்துக்கொள்வார்கள். தமிழ்நாட்டிலோ பறையர், பள்ளர் எனக் கட்சித் தலைவர்கள் பிரிந்திருப்பதால் வேற்றுச் சாதியைச் சேர்ந்த ஆட்கள் வாக்களிக்க மாட்டார்கள். எல்லோரையும் எப்படி ஒருங்கிணைத்து

வைத்துக்கொள்வது, பொதுத் தொடர்பு என்ன என்பதெல்லாம் இல்லை.

துப்புரவுப் பணியாளர்களுக்கான மேம்பாட்டு வேலைகளைத் தொடங்கும்போதே ஏதேனும் சாதியை அடையாளப்படுத்துமாறு பெயரைத் தேர்ந்துகொள்ளுங்கள் என்று நிறையப் பேர் ஆலோசனை கூறினார்கள். சஃபாயி கர்மச்சாரி என்ற பெயரைச் சொன்னபோது வடமொழிச் சொல்லாக இருக்கிறதே! நிறைய பேருக்குப் புரியாது என்றார்கள். ஆந்திரா, தமிழ்நாட்டைச் சேர்ந்தவர்களுக்கு எளிதில் புரியாதே என்றார்கள். புரிய வேண்டிய நேரத்தில் புரியும். இது போன்ற வேலையைச் செய்யும் எந்தச் சாதியைச் சேர்ந்தவர்களும் இதில் வரலாம். ஆகவேதான் வடநாட்டில்கூட இதற்கான கவனம் இருக்கிறது. இந்தி பேசும் துப்புரவுப் பணியாளர்களும் இதில் இருக்கிறார்கள். பறையர், சக்கிலியர், சண்டாளர் முன்னேற்ற இயக்கம் எனப் பெயரை வைத்திருந்தால் எங்களின் உண்மையான நோக்கம் சிதைந்திருக்கும். ஓர் எல்லைக்குள் குறுகியிருக்கும்.

ஆந்திர, தமிழ்நாட்டு எல்லைகளைத் தாண்டித் துப்புரவாளர் மேம்பாட்டு வேலைகளைச் செய்திருக்க முடியாது. உலகின் கவனத்தையும் பெற இயலாது. சஃபாயி மூலமாக ஜம்மு காஷ்மீரின் வாத்தல் சமூகத்தின் சார்பாக அந்த மாநில அரசிடம் பேச இயலாது. ஆந்திராவின் அருந்ததியர், வடமாநிலத்தின் வால்மீகி, டோம், மகாராஷ்டிரத்தின் மாங்கு மாத்தே, குஜராத்தில் சுக்கி ருக்கி, லால் பேக், தானுக், அஸ்ஸாமில் பாஸ்போர் என இவர்கள் எல்லோரும் சஃபாயி என்ற குடையின் கீழ் வருகிறார்கள். அதுதான் சமூகக் கட்டமைப்பு என்பது. எனவே இதில் தமிழ், தெலுங்கு, மலையாளம், உருது, இந்தி, குஜராத்தி, அஸ்ஸாமி, கன்னடம், காஷ்மீரி என இந்தியாவின் பிரதான மொழிகளான அத்தனை மொழிகளைச் சார்ந்தவர்களும் இருக்கிறார்கள். சிறுபான்மை மொழியைப் பேசக்கூடியவர்களும் இருக்கிறார்கள்.

எல்லைகளைக் குறுகலாக வகுத்துக்கொண்டால் அரசியல் போராட்டம் செய்ய இயலாது. கன்ஷிராம்தான் இந்தச் சமூகப் பொறியை ஏற்படுத்தியது. அதன்பிறகு எந்த தலித் தலைவர்களுமே விசாலமாகச் சிந்திக்கவில்லை. உண்மையைச் சொல்லவேண்டுமெனில் கன்ஷிராம், மாயாவதி எல்லாம் சம்மார் சமூகத்தைச் சேர்ந்தவர்கள். ஒடுக்கப்பட்ட விளிம்புநிலைச் சமுதாயம்தான். அதிலுமே கூட இரண்டு, மூன்று உட்பிரிவுகள் இருக்கின்றன. ரவிதாஸ் பின்னணியில் சிலர் சென்றார்கள். ஜாட்தவ் என்றொரு சாதி. இதெல்லாம் ஒரே சமூகத்தில்தான் வரும். ஆனால் கன்ஷிராம் 'சம்மார் சமாஜ் பார்ட்டி' என்று

வைத்துக் கொள்ளவில்லை.'பகுஜன் சமாஜ் பார்ட்டி' என்றுதான் பெயரைத் தெரிவு செய்தார். ஆனால் முதலமைச்சராக இருந்தது சம்மார் சாதியைச் சேர்ந்தவர்தான். எம்.எல்.ஏ.க்கள் பெரும்பான்மையினர் அதே சாதியைச் சேர்ந்தவர்கள்தான். பெரும்பான்மையான கேபினட் சட்டமன்ற உறுப்பினர்கள் சம்மார் சாதியைச் சேர்ந்தவர்கள்தான்.

பகுஜன் சமாஜில் எல்லோரும் வரலாம் என்றுதான் அவரும் சொன்னார். ஒடுக்கப்பட்ட, பிற்படுத்தப்பட்ட, மிகவும் பிற்படுத்தப்பட்ட சாதிகளைச் சார்ந்தவர்களுக்கும் அந்தக் கட்சியில் கதவைத் திறந்தே வைத்திருந்தார். நாமெல்லோருமே உயர் சாதியினரால் பாதிக்கப்பட்டவர்கள்தான் என்று அவர் முழங்கினார். கட்சிக் கொள்கைகள் சிறந்ததாக இருந்ததால் பிற்படுத்தப்பட்ட சாதியைச் சேர்ந்தவர்களும் பகுஜன் சமாஜில் இணைந்தார்கள். இவ்வாறு சிந்தனைப் போக்கு மாறும்பொழுது அரசியல் அதிகாரமும் மாறுகிறது.

**பெமு: தமிழ்நாட்டில்கூட 'விடுதலைச் சிறுத்தைகள் கட்சி' என்றுதான் பெயர் வைத்துள்ளார்கள். எல்லாச் சாதியினருக்குமான ஒரு பெயராகத்தான் அது இருக்கிறது. ஆனால் திருமாவளவனைப் பொதுத் தலைவரராக சக தலித் கட்சிகளே ஏற்றுக்கொள்வதில்லை.**

கிராமங்களுக்குச் சென்று வேலை செய்ய வேண்டும். திருமாவின் கட்சியிலிருந்து இரண்டு மூன்று நபர்களாவது சட்டமன்ற உறுப்பினர்களாகத் தேர்ந்தெடுக்கப்படுகிறார்கள் எனில், மற்ற சாதியைச் சேர்ந்தவர்களும் வருவதற்கான இடத்தை அவர் கொடுக்க வேண்டும். எல்லாவற்றையும் நாமே இழுத்துப் பிடிக்க வேண்டுமென்றால் அது சிக்கல்தான். தமிழ்நாட்டு அரசியல் ஏற்கனவே மிகவும் பிளவுபட்டுள்ளது. ஒரு சமூகத்திற்கும் இன்னொரு சமூகத்திற்கும் இடையில் போராட்டங்களும் நடக்கின்றன. ஆகவே எல்லோரும் சேர்ந்து அம்பேத்கரின் சிந்தனைகளால் ஒன்றுபட்டுப் பெரியதொரு நோக்கத்துடன் செயல்பட வேண்டும். அவ்வாறு நடந்தால் திருமாவளவனுக்கு வாய்ப்பு இருக்கிறது.

**பெமு: அதுபோலச் செய்வது சாத்தியம் என்று நினைக்கிறீர்களா?**

நிச்சயமாகச் சாத்தியம்தான். ஆனால் அதற்கேற்ப எல்லைகளைப் பரந்துபட்டு வகுத்துக்கொள்ள வேண்டும். இலக்கைக் குறுகலாக வகுத்துக்கொள்ளக் கூடாது. நானோ வடநாட்டில் இருக்கிறேன். அங்குதான் என்னுடைய பணிகளை முன்னெடுக்கிறேன். சொந்த ஊரிலிருந்து என்னுடைய

ஆட்களை மட்டுமே அழைத்துக்கொண்டு வந்து வேலைகளைச் செய்தால் இந்த அமைப்பு வளராது. இங்குள்ளவர்கள்தான் என்னுடன் களப்பணியில் ஈடுபடுகிறார்கள். என்னுடைய அன்றாடத் தேவைகளைப் பார்த்துக்கொள்வதும் அவர்கள்தான். நம்முடைய அடையாளத்தை மட்டுமே முன்னெடுக்காமல், பாதிக்கப்பட்டவர்களின் நலன் சார்ந்து செயல்படவேண்டும். 'நாம்' என்ற ஒன்றிணைப்பு பெயரில் மட்டுமே இருந்தால் போதாது. நாம், நம்முடைய என்பது போன்ற அடையாளங்களையே முற்றிலும் துறக்க வேண்டும். ஒரு பறையருக்குத் துன்பம் நேரும் போது எப்படி எதிர்வினை ஆற்றுகிறோமோ அதுபோலவே ஒரு பள்ளருக்கோ சக்கிலியருக்கோ நேரும்போதும் வினையாற்ற வேண்டும். இதனை நிறுவிக்கொள்ள வேண்டி இருக்கிறது. பறையர்களின் தலைவராக இருந்துகொண்டு மற்ற சமூகத்தினரின் நலனையும் பேணுபவராகச் சமூகத்தின் முன் உணர்த்துவதற்கு இரண்டு மடங்கு வேலைகளைச் செய்யவேண்டி இருக்கிறது.

உதாரணமாக நடிகர் ரஜினியை எடுத்துக்கொண்டால் தமிழில் பேசிக்கொண்டு தான் தமிழர் என்று மக்களை எப்படியெல்லாம் நம்பச் செய்கிறார். ஜெயலலிதா அதிகாரத்திற்கே வரவில்லையா? ரஜினி – மராட்டியர். ஜெயலலிதா – கன்னடிகா. தாங்கள் தமிழர்களுக்காகத்தான் வாழ்கிறோம் என நிரூபித்துக்கொண்டே இருக்கிறார்கள். அவ்வாறான செயலை வேஷம் என்றும் சொல்லிவிட முடியாது. இதயத்திலிருந்துதான் பேசுகிறார்கள். மக்களும் உணர்ந்து ஏற்றுக்கொண்டால் ஒரு மாற்றம் நிகழ்கிறது. ரஜினி ஒன்றும் தமிழர் இல்லையே. மக்கள் அவரை ஏற்றுக்கொண்டார்களே. ஒரு திராவிடக் கட்சிக்கு ஜெயலலிதா போன்ற பிராமணர் எப்படித் தலைவராக முடிந்தது? ஆட்சி அதிகாரத்திற்கும் வந்துள்ளாரே!

தலைமையில் உள்ளவர்கள் இரண்டு படிகள் இறங்கி வந்தால், வெகுஜன மக்கள் பத்துப் படிகள் ஏறி வருவார்கள். தெளிவான நோக்கத்தை மக்கள்முன் வைக்க வேண்டும். நாமெல்லாம் ஒன்றிணைந்தால் உனக்கு இது, அவர்களுக்கு இது, எனக்கு இது என்று கொள்கைகளை விளக்க வேண்டும். தனக்கு இல்லையென்றாலும் மக்களுக்கான நன்மைகள் நிகழ்ந்தாலே போதும் என்று எல்லாவற்றையும் அர்ப்பணிக்கும் தலைவர்கள் இருக்க வேண்டும். அம்பேத்கர் கூட அர்ப்பணிக்க வேண்டும் என்பதைத்தான் முழங்கினார். தற்காலத்தில் அர்ப்பணிக்கும் சிந்தனை இல்லாத, மக்களைச் சுரண்டும் தலைவர்கள்தான் பெருகிவிட்டார்கள். நாளையோ, காலத்தையோ எண்ணிக் கொண்டிருக்காமல் தெளிவான நோக்கத்தின் திசையை நோக்கித் தொடர்ந்து பயணிக்க வேண்டும்.

மாற்றம் எப்பொழுது நிகழும் என்பதைச் சொல்ல முடியாது. நாளைக்கும் நடக்கலாம் அல்லது நம் வாழ்நாளில் அவ்வாறான மாற்றங்கள் நிகழாமலும் போகலாம். எதைப் பற்றியும் யோசிக்காமல் தொடர்ந்து செய்துகொண்டே இருக்க வேண்டும். இதில் மக்களைக் குற்றம் சொல்லவே முடியாது. நம்முடைய நோக்கமும் சிந்தனையும் லட்சியமும் செயல்பாடும் தெளிவாக இருந்தால் பொதுமக்கள் நமக்கு ஒத்துழைப்பைக் கொடுப்பார்கள். பிரச்சினையே தலைவர்களிடம்தான் இருக்கிறது.

**பெமு: வெகுஜனக் கட்சிகள் பல வருடங்களாக, பல தேர்தல்களில் தனித் தொகுதிகளில் தலித் உறுப்பினர்களைத்தான் கட்சியின் பிரதிநிதியாக முன்னிறுத்துகிறார்கள். ஒவ்வொரு மாநிலத்திலும் இந்த அடிப்படையில் கணிசமான தலித் சட்டமன்ற உறுப்பினர்கள் வெற்றிபெற்று அதிகாரத்திற்கு வருகிறார்கள். கணிசமான எண்ணிக்கை யில் பாராளுமன்ற உறுப்பினர்களாகவும் ஆகி இருக்கிறார்கள். அதுபோன்று அதிகாரத்திற்கு வந்தவர்களால் தலித் மக்களுக்கோ தலித் பிரச்சினைகளுக்கோ ஏதேனும் பயன் கிடைத்துள்ளதா?**

ஒன்றுமே கிடைக்கவில்லை, அரசியல் அதிகாரத்திற்கு வந்த தலித் உறுப்பினர்களால் ஒன்றுமே சாத்தியமாகவில்லை என்றும் சொல்ல முடியாது. நமக்கான ஆட்களே இல்லாத சூழலில் இவர்களைப் போன்றவர்கள் நம்பிக்கையையாவது அளித்தார்கள். தேர்தல் நடைமுறைகளிலும் செயல்முறைகளிலும் தவறுகள் இருக்கின்றன. ஓர் அரசியல் கட்சியின் மூலமாக அவர் தேர்ந்தெடுக்கப்பட எல்லாச் சாதியைச் சேர்ந்த ஆட்களும் வாக்களிக்க வேண்டும். அது தனித் தொகுதியாகவே இருந்தாலும் தலித்துகள் மட்டுமே அவருக்கு வாக்களிக்கப் போவதில்லை. எல்லாச் சமூகத்தைச் சார்ந்தவர்களும் வாக்களிக்க வேண்டும். எனில் அந்த உறுப்பினர் தனது சமூகத்தைச் சார்ந்தவர்களுக்கான ஒருபக்கச் சார்புடன் இருக்கக் கூடாது. அப்படி இருந்தால் வாக்குகளைப் பெற்று வெற்றி அடைய முடியாது.

வலிமையான சாதித் தலைவராக இருந்தால் மீதமுள்ள மக்கள் ஓர் அரசியல் தலைவராக அவரைப் பொதுவாக ஏற்றுக்கொள்ள மாட்டார்கள். ஆனால் பொதுக்கட்சியைச் சேர்ந்த நபராக இருந்து தனித்தொகுதி வேட்பாளராக இருப்பதில் நிறைய விஷயங்களைப் பார்க்க வேண்டியிருக்கிறது. பல உறுப்பினர்களில் இருந்தும் தெரிவு செய்துதான் தேர்தலில் நிற்க வைக்கிறார்கள். இதெல்லாம் இல்லாமல் உண்மையாக இருக்கவேண்டும் என்றால் அம்பேத்கர் சொல்லியது போலத் தனியான தேர்தல்தான் சரிப்பட்டு வரும். அந்தந்த சமூகத்தைச் சேர்ந்தவர்களை அந்தந்தத் தொகுதிகளில்

நிற்கவைத்துத் தேர்தலை நடத்தினால், அவர்களெல்லாம் தமது சமூகத்தின் மேம்பாட்டிற்காக வேலை செய்வார்கள். அப்படி இருந்தால் மக்களுக்காக உண்மையாக வேலை செய்பவர்கள் அதிகாரத்திற்கு வருவார்கள். இன்றைய தேதியில் முஸ்லிம் சமுதாயத்திற்காகக் குரல் கொடுக்க அவர்கள் சார்பில் யாருமே பாராளுமன்றத்தில் இல்லை. முஸ்லிம்களுக்கு முஸ்லிம்களே ஓட்டுப்போடும் முறை இருந்தால் அவர்களின் சார்பாக யாரேனும் அங்கு இருக்கக்கூடும்.

**பெமு: மனிதத் துப்புரவுப் பணியாளர்கள் சார்ந்து நிறையப் போராட்டங்களைச் செய்திருக்கிறீர்கள். அதுபோன்ற போராட்டங்களுக்கு தலித் எம்.எல்.ஏக்களும் எம்.பிக்களும் ஏதேனும் உதவிகள் செய்திருக்கிறார்களா? யாரையேனும் குறிப்பிட்டுச் சொல்ல முடியுமா? என்ன மாதிரியான உதவிகள் அவர்களிடமிருந்து கிடைத்திருக்கின்றன?**

தோழர் டி. ராஜா நிறைய உதவிகள் செய்திருக்கிறார். திருமாவளவனும் உதவிகள் செய்திருக்கிறார். துப்புரவுப் பணியாளர்கள் மரணமடைந்தால் நேரடியாகவே அந்த இடத்திற்குத் தோழர் டி. ராஜா வந்துவிடுவார். நிறைய விஷயங்களுக்குக் கூடவே இருந்திருக்கிறார். பாராளுமன்றத்தில் பேசும்போது திருமாவளவன் இவர்களுக்காகக் குரல் கொடுத்திருக்கிறார். இவர்கள் சார்ந்த நிறையக் கேள்விகளைப் பொறுப்புடன் எழுப்பியிருக்கிறார். அதன் மூலம் மத்திய அரசின் கவனத்திற்கு இவர்களுடைய பிரச்சினையை எடுத்துச் சென்றார். இவர்களைத் தொடர்ந்து நிறையப் பேர் குரலெழுப்பி வருகிறார்கள். தலித்துகள் மட்டுமல்ல, தலித் அல்லாதோரும் இவர்கள் குறித்துப் பொறுப்புடன் கேள்விகள் எழுப்பி வருகிறார்கள். ப. சிதம்பரம் கூட இது குறித்துப் பேசியிருக்கிறார். குறிப்பிட்ட கட்சிதான் ஆதரவு தருகிறது என்று சொல்ல முடியாது. சமூக நல்லிணக்கத்திலும் சமூக நீதியிலும் கவனம் செலுத்தும் எல்லோரும் உறுதியுடன் குரல் கொடுக்கிறார்கள். எல்லாக் கட்சியைச் சேர்ந்த, எல்லாச் சாதியைச் சார்ந்தவர்களும் அவர்களால் முடிந்த மட்டும் ஆதரவைக் கொடுக்கிறார்கள். ஆனால் ஒடுக்கப்பட்ட சாதியைச் சேர்ந்த உறுப்பினர்கள் எல்லோரும் தங்களது இதயத்திலிருந்து பேசுகிறார்கள்.

**பெமு: சாதி அடையாளத்தைப் பயன்படுத்திக்கொண்டு அதிகாரத்தில் உட்கார்ந்து கொள்கிறார்களே தவிர இவர்கள் எதுவுமே செய்வதில்லை என்பது போன்ற மிகக் கடுமையான விமர்சனங்கள் இருக்கின்றனவே?**

இதுபோன்ற விமர்சனங்கள் எழுவதற்குக் காரணங்கள் உள்ளன. விமர்சிப்பவர்களுக்குத் தலைமைப் பண்பில் அனுபவம்

இருக்கிறது. தலித் சமுதாயத்திற்கே உள்ள பெரிய பிரச்சினை அதிகாரத்தின் பண்புகளைப் பற்றி அவர்களுக்குத் தெரியாது என்பதுதான். பல நூற்றாண்டுகளாக அதிகாரத்தின் பலனை அவர்கள் நேரடியாக அனுபவித்ததில்லை. விலகி நின்றே அதன் பலனைக் கொஞ்சம் போல அனுபவித்திருக்கிறார்கள். ஒருமுறை அந்த இடத்திற்கு வந்துவிட்டால் மீண்டும் அதைப் போராடிப் பெறத் தயாராக இருப்பார்கள். இதைப் பெறுவதற்குத்தான் கட்சிகளும் கொள்கைகளும் இயக்கங்களும் இருக்கின்றன.

விமர்சிப்பவர்கள் காலங்காலமாக அதிகாரத்தில் இருப்பவர்கள். அவர்களுக்கு இதைப் பற்றிய அனுபவமும் சாதுர்யமும் தெரியும். ஆகவே தலித்துகளை விடத் திறம்படச் செயலாற்றுகிறார்கள். தலித்துகள் சட்டமன்ற உறுப்பினராகவும் பாராளுமன்ற உறுப்பினராகவும் மந்திரிகளாகவும் கொஞ்சம் போல அதிகாரப் பீடங்களில் அமர்ந்தவர்கள். உச்சபட்சப் பதவிகளான முதல்வர், பிரதமர் போன்ற இருக்கைகளில் அமரும்போது அதன் அதிகாரம் முழுமையாக இவர்களுக்குத் தெரியும். அதை அடையாதவரை என்னதான் அரசியல் அதிகாரத்தில் இருந்தாலுமே கூட ஒரு ராஜாவிற்கு இன்னொரு ராஜா கப்பம் கட்டும் கதைதான். முழுமையான அதிகாரம் இதில் இல்லையே. இதுதான் ஒருவர் மீது ஒருவர் விமர்சனமும் குற்றமும் எழுப்பக் காரணமாக அமைகிறது.

இப்போது இருப்பது போல இருந்தால்தான் கட்சியிலும் தேர்தல் அரசியலிலும் தலித்துகளால் இருக்க முடியும். இல்லையேல் இப்போதிருக்கும் அதிகாரப் பதவிகளுக்கும் அவர்கள் வர முடியாது. இரண்டாவதாக எனக்குமே கூடக் கோபம் உள்ளது. அல்லது ஒரு குறை அவர்கள் மீது இருக்கிறது. தேர்தலில் வெற்றிபெற்ற பிறகு, இந்தத் தகவல்கள் எல்லாம் தெரிந்த பிறகு, எல்லாப் பாராளுமன்ற உறுப்பினர்களுக்கும் இதுபோன்ற நிலைமை இருக்கிறது என்று சொல்கிறோம். ராஜ்ய சபாவிலும் லோக் சபாவிலும் இவர்கள் எத்தனை நபர்கள் இருக்கிறார்கள். இவர்கள் எல்லோரும் ஒன்று சேர்ந்து கையால் மலம் அள்ளும் தொழிலாளர்கள் குறித்துப் பிரதம மந்திரியிடம் முறையிடலாம்.

என்னுடைய மக்கள் அங்கு கைகளால் மலம் அள்ளும் பொழுது எனக்குப் பாராளுமன்றத்தில் அமர்வதற்கு வெட்கமாக இருக்கிறது என்று முறையிடலாமே. ஒரு பத்து நிமிடங்கள் இதற்காக ஒதுக்கலாமே. எண்பதுக்கும் மேற்பட்ட தலித்துகள் பாராளுமன்றத்தில் இருக்கிறார்கள். இது ஒன்றும் குறைந்த எண்ணிக்கை இல்லையே. இவர்கள் எந்தக் கட்சியைச் சேர்ந்தவர்களாக வேண்டுமானாலும் இருக்கட்டும். கட்சியின்

தலைமைக்குச் சொல்லிவிட்டே இதைச் செய்யலாம். எல்லோரும் மனிதர்கள்தானே. சமரசம் செய்துகொள்ளாமல் இதை அவர்களால் செய்ய முடியும்தானே. தலித் நாடாளுமன்ற உறுப்பினர்களுக்கான நேரமும், அவை உரையாடலும் கூடத் தனியே இருக்கின்றன. அந்த நேரத்தில் இவர்களுக்கான குரலை எழுப்பலாமே.

பிரதமர், குடியரசுத் தலைவர் ஆகியோர் தமது உரையில் இவ்வாறான பணி இந்தியா முழுவதிலும் இல்லாமல் செய்ய வேண்டும் என்று சொல்ல வேண்டும். அதற்கு இவர்கள் குரலெழுப்ப வேண்டும். பிரதமர் உரையின் போது எல்லோரும் எழுந்து நின்று இந்தக் கோரிக்கையை வைத்தால் கவன ஈர்ப்பு கிடைக்கும்தானே. இதுபோன்ற விஷயங்களில் ஈடுபட மாட்டேன் என்கிறார்கள். இதுதான் அவர்கள் மீது எனக்குள்ள குறை. சில விஷயங்களில் சமரசம் என்பதே இருக்கக் கூடாது.

சமுதாயம் என்பது நம்முடைய குடும்பம் என்பதாகத்தான் தலித்துகளின் அடையாளம் இருக்க வேண்டும். மனைவி, மக்கள், உற்றார், உறவினர் மட்டுமே நமது குடும்பம் அல்ல. சமூகத்தின் நீட்சியாகக் குடும்பம் இருக்க வேண்டும். சமூகத்தின் பிரச்சினை என்னுடைய பிரச்சினை என்ற நோக்கம் நம் ஒவ்வொருவருக்குள்ளும் வந்துவிட்டால் பாராளுமன்றத்தின் மூலம் எல்லாவற்றையும் மாற்றிவிடலாம்.

**பெமு: இம்மாதிரியான இடங்களில்தான் என்.ஜி.ஓக்களின் செயல்பாடுகள் முக்கியம் பெறுகின்றன. துப்புரவுப் பணியாளர் பிரச்சினை சார்ந்து மட்டுமே சொல்லவில்லை. மனித உரிமை, பெண்ணுரிமை, குழந்தைகள் மேம்பாடு எனப் பல விஷயங்களில் என்.ஜி.ஓக்களின் பங்கு குறித்து உங்களுடைய பார்வை என்ன? என்.ஜி.ஓக்களை எப்படி மதிப்பிடுகிறீர்கள்?**

என்.ஜி.ஓக்களுக்கு என்று ஓர் எல்லை இருக்கிறது. அரசுகள் இவர்கள் மீது விரோத மனோபாவம் கொண்டால் எதுவும் செய்ய இயலாது. சில நேரங்களில் ஏதேனும் காரணத்தைச் சொல்லிக் குறிப்பிட்ட என்.ஜி.ஓவை விலக்கிவிடுவார்கள். ஆகவே ஓர் எல்லைக்கு உட்பட்டுத்தான் அவர்கள் பணியாற்றுகிறார்கள். எனினும் அவர்களது சமூகப் பணியைக் குறைத்து மதிப்பிட இயலாது. முழுமையான மாற்றம் அவர்களால் வராது. புரட்சிக்கான பாதையில் அவர்கள் இல்லை. அரசு கொடுக்க வேண்டியதை எப்படியேனும் பெற்றுத்தர ஒரு வாகனம் போல என்.ஜி.ஓக்கள் செயல்படுகின்றன.

அரசே நாம்தான், அதிகாரமே நாம்தான் என்னும் நிலைக்கு விளிம்புநிலை மக்களை உயர்த்த இவர்களுக்குச் சக்தி இல்லை. அவர்களுடைய கொள்கைகளும் விதிகளும் அரசியலுக்கு அப்பாற்பட்டு இயங்குகின்றன. இவர்களால் எது ஒன்றையும் அரசியல் பிரச்சினையாக மாற்ற முடியாது. ஆனால் அடிப்படை உரிமைகளை அரசியல் பிரச்சினைகளாக ஆக்கவில்லை எனில் யாரும் அந்தச் சிக்கலைக் கவனம் கொடுத்துப் பார்க்கமாட்டார்கள். எது ஒன்றுமே சமூகப் பிரச்சினை அல்ல. எல்லாமுமே அரசியல் பிரச்சினைதான். அதே நேரத்தில் இந்தப் பிரச்சினைகளுக்குத் தீர்வுகள் அவசியம் வேண்டும். சமூகத் தீர்வுகள் நமக்கு வேண்டாம். அரசியல் தீர்வுதான் வேண்டும் என்ற தெளிவு இருக்க வேண்டும்.

ஒரு கோவில் பூசாரியோ பாஸ்டரோ மதகுருமாரோ வந்து தலையில் கைவைத்தால் எல்லாம் சரியாகிவிடும், நீங்கள் எல்லாம் சுபிட்சம் அடைவீர்கள் என்றால் அதை ஏற்றுக்கொள்ள நாம் தயாராக இல்லை. யதார்த்தச் சிக்கல்களுக்கு ஏற்ற அரசியல் தீர்வைத்தான் நாம் எதிர்பார்க்கிறோம். இன்று நேற்று என்றல்ல, பல தலைமுறைகளாக எதிர்பார்க்கிறோம். இதெல்லாம் மதப் பிரச்சினையோ சமூகப் பிரச்சினையோ அல்ல. அடிப்படை அரசியல் உரிமைப் பிரச்சினை. அரசியல் தீர்வு வேண்டும் எனில் பிரச்சினையை அரசியலாக்க வேண்டும். எந்த ஒரு விஷயத்தையும் அரசியல் கோணத்தில் அணுகவேண்டிய அவசியத்தை மக்களுக்குத் தெளிவுபடுத்த வேண்டும்.

என்.ஜி.ஓக்களால் இதை நேரடியாகவோ மறைமுகமாகவோ செய்ய முடியாது. அவர்களுக்கு ஓர் எல்லை இருக்கிறது. அப்படிச் செய்ய ஆரம்பித்தால் அவர்களுடைய பதிவை அரசு விலக்கிவிடும். அதற்கான சட்ட உட்பிரிவே இருக்கிறது.

**பெமு: இந்த எல்லை வரையறையைப் பற்றித்தான் கேள்வி எழுப்புகிறார்கள். ஏதேனும் பிரச்சினை வந்தால் இவர்கள் சென்று ஏதேனும் உதவியைச் செய்துவிடுகிறார்கள். சட்ட ரீதியிலான ஏதோ ஒரு உதவியை வாங்கிக் கொடுத்துவிடுகிறார்கள். பாதிக்கப்பட்ட மக்களும் அந்த நேரத்திற்குத் திருப்தி அடைந்து விடுகிறார்கள். பிரச்சினையின் வீரியமும் நீர்த்துப் போகிறது. அவர்களை அரசியல் தளத்திற்கு முழுப் பிரக்ஞையுடன் நகர்த்த முடியாமல் போகிறது. பல சிக்கல்களுக்கான அரசியல் தீர்வுகளுக்கும் என்.ஜி.ஓக்களின் செயல்பாடுகள் தடையாக இருக்கின்றன என்கிறார்கள்.**

இது எப்போதும் இருக்கும் பிரச்சினைதான். நக்சல்கள், மாவோயிஸ்டுகள் போன்றவர்கள் கூடச் சொல்வார்கள். சில

அரசியல் கட்சிகள் இருப்பதால்தான் சமூகப் பிரச்சினைகளுக்குத் தீர்வுகள் கிடைப்பதில்லை என்று சில என்.ஜி.ஓக்கள் குறை கூறுவார்கள். என்.ஜி.ஓக்கள் இருப்பதால்தான் சமூகத்தின் பல சிக்கல்களுக்கும் அரசியல் தீர்வுகள் கிடைப்பதில்லை எனச் சில அரசியல் கட்சிகள் குறை கூறுவார்கள். ஒரு விஷயம் என்னவென்றால், இவர்களின் கூற்றில் எந்த அளவிற்கு உண்மை இருக்கிறது என்று ஒதுக்கி வைத்துவிட்டுப் பார்த்தால், எப்பொழுது ஆக்கப்பூர்வமான அரசியல் செயல்பாட்டிற்கான வெற்றிடம் உருவாகிறதோ அப்பொழுதுதான் என்.ஜி.ஓக்களின் செயல்பாடு அதிகமாக இருக்கும். சமூகச் சிக்கல்களுக்கான அரசியல் செயல்பாடுகள் அதிகமாக இருக்கும்போது என்.ஜி.ஓக்களுக்கான வேலையே இருக்காது. ஒரு பிரச்சினையை மாவட்ட ஆட்சியரின் கவனத்திற்குக் கொண்டு செல்ல சரியான அரசியல் நபர் இல்லாத பட்சத்தில்தான் என்.ஜி.ஓவைச் சார்ந்த நபர் வருகிறார்.

புரட்சி வேண்டுமென்று அரசியல்வாதிகளின் முழக்கங்கள் இருக்கிறதே ஒழிய உண்மையான புரட்சியை நோக்கிய பயணம் அவர்களிடம் இல்லை. புரட்சிக்கான தளமாக உண்மையில் அரசியல் இயக்கங்கள் இருந்தால் என்.ஜி.ஓக்கள் ஒரு சில நாட்களிலேயே இல்லாமல் ஆகிவிடும். இதற்கேற்ற அரசியல்வாதியும் நமக்குத் தேவை. ஒருவருக்கொருவர் குறைகள் சொல்லி விமர்சிப்பதைக் காட்டிலும் தேவைப்படும் பட்சத்தில் ஒருவரின் உதவியை மற்றவர் பெற்றுக்கொள்ளலாம். அவரவர் எல்லைக்கு உட்பட்டுச் சமூக நீதிக்கு நம்மால் முடிந்ததைச் செய்யலாம். ஒரு நல்ல கருத்தைத் துண்டறிக்கையின் மூலம் பரப்பும் வேலையை என்.ஜி.ஓக்கள் செவ்வனே செய்யக் கூடியவர்கள். விழிப்புணர்வு சார்ந்த பரப்புரைகளுக்கு அவர்களை முழுமையாகப் பயன்படுத்தலாம். இவ்வாறில்லாமல் ஒருவர் இடத்தை மற்றவர் அபகரிப்பது சரியல்ல. மக்களின் சார்பு அரசியலில் கிடைக்கும். அந்தச் சார்பு ஜனநாயகத்திற்கான பாதைக்கு வழிவகுக்கும்.

**பெமு: பிரச்சினையின் போது வந்து அந்த நேரத்து நிவர்த்தியைச் செய்துவிட்டுப் போய்விடுகிறார்கள். ஆகவே சிக்கலின் மையத்தைப் பற்றிய புரிதலை அவர்களுக்கு ஏற்படுத்த முடியவில்லை என்ற விமர்சனம் அவர்கள் மீது இருக்கிறதே?**

அவர்களை அரசியல் சார்ந்து நாம் தயார்படுத்தி வைக்க வேண்டும். என்னவெல்லாம் செய்யவேண்டும் என்று விளக்கிவிட்டால் அவர்களுக்கு இரண்டு தேர்வுகள்தான் இருக்கும். இவர்களுடனோ அவர்களுடனோ செல்லுவார்கள்.

எதுவுமே இல்லாத சூழலில்தான் சந்தர்ப்பக் கைதிகளாக ஆகிறார்கள். ஓர் அரசியல்வாதியாக வந்து நின்று, நேர்மையாக அவர்களுக்கு வேண்டியதைப் பெற்றுத் தருவது மட்டுமல்லாமல், அராசாங்கத்தின் பிரதிநிதியாக அவர்களை மாற்றுவதற்கான செயல்பாடுகளை எந்தச் சஞ்சலமும் இல்லாமல் முன்னெடுத்தால் ஒரு நம்பிக்கை எளிய மக்களிடம் பிறக்கும்.

**பெமு:** தலித் கட்சிகள் அந்த அளவிற்குச் செய்யவில்லை என்று எடுத்துக்கொள்ளலாமா?

செய்யவில்லை. அதனால்தான், அந்த வெற்றிடம் இருக்கும்போதுதான் அரசியலுக்கு அப்பாற்பட்ட இதர குழுக்கள் சிக்கலைத் தீர்க்க வருகிறார்கள். ஆனால் அந்தக் குழுக்களால் முன்னெடுக்கப்படுவது உண்மையான தலைமைப் பண்பு அல்ல. மக்களுக்கும் அரசியலுக்கும் இடைப்பட்டவர்களாகத்தான் அவர்கள் வருவார்கள். வீடு கட்டும்போது சாரத்தைப் பயன்படுத்துவோம் இல்லையா! அதுபோலத்தான் இவர்கள். கட்டமைப்பு முழுமையடைந்த பிறகு சாரத்திற்கு வேலை இல்லை. அவற்றை அகற்றிவிட வேண்டும். என்னால்தான் வீடு முழுமையடைந்தது என்று சாரமும் சொந்தம் கொண்டாட முடியாது. இதைப் புரிந்துணர்வுடன் இரண்டு தரப்பிலுமே அணுகவேண்டும். கட்டிடம்தான் உண்மையான அரசியல் வடிவம். அதை உருவாக்கச் சாரம் போல என்.ஜி.ஓக்கள் வேலை செய்ய வேண்டும். தோள் கொடுப்பதுதான் அவர்களின் அடிப்படைப் பணி. முழுமையான அரசியல் பிரக்ஞைதான் சமூக நீதிக்கும், சமத்துவத்துக்கும் வழிவகை செய்யும். நமது ஒட்டுமொத்த நோக்கமானது சமூக மாற்றமாகத்தான் இருக்க வேண்டும். சமூக மாற்றம் ஏற்படாமல் எந்தப் பயனும் இல்லை. தனி நபர்களுக்கு உதவி செய்து என்ன பலன் கிட்டும்? தனி நபர் சார்ந்த மேம்பாடு நமது இறுதி லட்சியமும் அல்ல.

சஃபாயி மூலம் வங்கிக்கடன் வாங்கித் தரவேண்டும் என நிறைய பேர் அணுகுவார்கள். அதைப் பற்றி எனக்கு எதுவும் தெரியாது என்று சொல்லிவிடுவேன். நாம் எத்தனை தனி நபர்களுக்கு உதவி இருக்கிறோம் என்று கணக்கும் வைத்ததில்லை. அது நமக்கான வேலையும் இல்லை. இதுபோன்ற வேலையெல்லாம் தனிநபர் சார்ந்தது.

**பெமு:** தொண்ணூறுகளுக்குப் பிறகான முப்பது வருடங்களில் தலித் அரசியலில் என்ன மாதிரியான முக்கியமான மாற்றங்கள் நடந்திருக்கிறது எனக் கருதுகிறீர்கள்?

ஒரு வகையில் இது அடையாள அரசியல்தான். எந்த வகையில் சாதிப் பெயரை வெளியில் சொல்லக் கூச்சப்பட்டு ஓடிக்கொண்டிருந்தோமோ அதிலிருந்து வெளியில் வந்து, ஆமாம் நான் பறையர்தான், பள்ளர்தான், சக்கிலிதான், பழங்குடியினர்தான் எனச் சமூகத்தை நோக்கிக் கேள்வி எழுப்பும் அளவிற்கு வந்திருக்கிறோம். இந்தப் போக்கில் ஏற்பட்ட மாற்றம் தலித் தலைவர்களின் சாதனைதான். அம்பேத்கர் நூற்றாண்டு 1990இல் நிகழ்ந்த போது அவர் பற்றி நிறையப் பேச ஆரம்பித்தார்கள். தலித் மக்கள் எவ்வளவு அதிகமாக அம்பேத்கர் குறித்துப் பேசப் போகிறார்களோ, அந்த அளவிற்குச் சமூகப் பிடிப்பு அவர்களுக்குக் கிடைக்கும். அம்பேத்கரின் சிந்தனைகள்தான் சமூக நீதியையும், சமூக விடுதலையையும் கொண்டுவரும். அவருடைய சிந்தனைகள் இல்லாமல் எதுவும் நடக்காது. ஒருவேளை மார்க்ஸைக் கூடக் கொண்டு வரலாம். அதில் தவறொன்றும் இல்லை. ஆனால் மார்க்ஸ் மட்டும் போதாது. ஏனென்றால் இங்கு சாதியம் வேரூன்றி இருக்கிறது. இந்த இரண்டுடனும் சேர்த்து மகளிர் பற்றிய பிரச்சினைகளையும் அடையாளம் காணாமல் விட்டுவிட்டால் சமூக மாற்றம் எதுவும் ஏற்படாது. இந்த மூன்றையும் சரிப்படுத்திவிட்டால் அது பெரிய மாற்றமாக இருக்கும்.

அதிகாரத்தில் எல்லோருக்கும் பங்கு இருக்க வேண்டும். நம்முடைய இலட்சியமாக அதுதான் இருக்க வேண்டும். அதிகாரத்தை நோக்கி ஓடுவது நம்முடைய பழக்கமாக இருக்கிறது. நாம் வறட்சியில் இருப்பதால் எது கிடைத்தாலும் திருப்தியடைந்துவிடுகிறோம். தொடக்கத்தில் தலைமைப் பொறுப்பிலிருந்து தூரமாக இருக்கக் கற்றுக்கொள்ள வேண்டும். அதிகாரத்திலிருந்து தூரமாக இரு என்று சொல்ல வரவில்லை. சாமானிய மக்களை எந்த அளவிற்கு அதிகாரத்தை நோக்கி நகர்த்த முடியுமோ அந்த அளவிற்கு அவர்களை நகர்த்த வேண்டும். அந்த வேலையைத்தான் செய்ய முன்வர வேண்டும்.

ஒரு படகிற்கு துடுப்பைப் போடுபவனைப் போல இருக்க வேண்டும். ஒரு படகோட்டி எவ்வளவு நேரத்திற்கு அதிகமாகத் தண்ணீரில் இருக்கிறானோ அந்த அளவிற்கு மக்களும் ஓரிடத்தி லிருந்து இன்னொரு இடத்திற்கு நகர்வார்கள். படகோட்டி கரைகளில் நின்றுகொண்டு வெறும் கைகளைக் காற்றில் வீசுவதால் ஒன்றும் ஆகிவிடப் போவதில்லை. மக்களோடு மக்களாக இறங்கி வேலை செய்ய வேண்டும். இக்கரையிலிருந்து அக்கரைக்கு ஓர் இறகுப் பந்தைப் போலத் தலித் தலைவர்கள் ஓடிக்கொண்டே இருக்கவேண்டும். எந்த நேரத்திலும் மக்களுக்காக உழைக்கத்

தயாராக இருக்க வேண்டும். அந்த ஆற்றல் இருந்துவிட்டாலே போதும். அடுத்த இருபது, முப்பது வருடங்களில் அதிகாரத்திற்கு வந்துவிடலாம்.

எல்லோருக்கும் பரவலாகக் கல்வியும் சென்று சேரக்கூடிய காலம்தான் இது. எனவே இவர்களுக்கு வாய்ப்பானது பிரகாசமாகவே இருக்கிறது. நேர்மையாக இருந்தால் எல்லாமும் கூடி வரும். பிற சமூகத்தினரும் அரசியல் செயல்பாட்டாளராக ஏற்றுக்கொள்ளும் காலம் வரும். தென்னிந்தியர்களை வட இந்தியர்கள் என்றுமே ஏற்றுக்கொண்டதில்லை. எல்லாக் காலத்திலும் வட இந்திய, தென்னிந்தியப் பாகுபாடுகளும் இருக்கிறது. அதையும் மீறி நரசிம்மராவ் போன்றவர்கள் தலைமைப் பொறுப்புக்கு வந்துள்ளதைப் பார்த்திருக்கிறோம்தானே. பெரிய தலைவர் என்பதற்காகச் சொல்லவில்லை. ஒரு உதாரணத்திற்காகத்தான் சொல்கிறேன்.

**பெமு:** உங்களுடைய சொந்த வாழ்க்கை தொடர்பாகச் சிலவற்றைக் கேட்கிறேன். ஒரு களச் செயல்பாட்டாளராக இருக்கிறீர்கள். அது சார்ந்து நிறையப் பயணங்கள் மேற்கொள்கிறீர்கள். இது தவிர்த்த உங்களுடைய விருப்பங்களைப் பற்றிச் சொல்லுங்கள். வேறெந்தத் துறைகளில், விஷயங்களில் எல்லாம் உங்களுக்கு ஈடுபாடும் ஆர்வமும் உண்டு?

என்னை ஒரு செயல்பாட்டாளராக நான் நினைக்கவே இல்லை. இந்த மாதிரி ஒரு பிரச்சினை நம்மைச் சுற்றி இருக்கிறது. அதற்கு என்ன செய்யலாம் என்று நினைத்தேன். நான் ஆரம்பத்தில் வேலை செய்த இடம் (கே.ஜி.எஃப்) மிகச் சிறியது. ஆனால் அந்தப் பணிகளுக்கு ஒரு பலன் கிடைத்தது. ஆறு மாதத்திலோ ஒரு வருடத்திலோ இந்த விஷயங்களுக்குத் தீர்வு கிடைத்துவிடும் என்றுதான் ஆரம்ப காலத்தில் நினைத்தோம். இத்தனை ஆண்டு காலங்களாக நீடிக்கும் என்று தெரியவில்லை. என்னுடைய அறியாமைதான் அது. அரசாங்கத்தில் இல்லாததால், அரசியலில் இல்லாததால் இது நிகழ்ந்தது.

இது தவிரக் கலை இலக்கியங்களில் எனக்கு மிகவும் ஈடுபாடு இருந்தது. தெலுங்கில் நிறைய வாசிப்பேன். ஆங்கிலத்திலும் வாசிப்பதுண்டு. கிரேக்கத் தத்துவ அறிஞர்களான அரிஸ்டாட்டில், பிளாட்டோ போன்றவர்களை ஒருகாலத்தில் விரும்பி வாசித்ததுண்டு. பள்ளி, கல்லூரிப் பாடங்களுக்காக அல்லாமல் விருப்பத்திற்காக வாசித்திருக்கிறேன். பிளாட்டோவை வாசித்து ஆச்சரியப்பட்டிருக்கிறேன். இப்படியெல்லாம்கூட இருக்க முடியுமா என்று யோசித்திருக்கிறேன். அரிஸ்டாட்டில், சாக்ரடீஸ் எனப் பட்டியல் தொடர்ந்தது. தாராளவாதத்

தத்துவம் எல்லாம் குறித்து ஜான்ஸ் ஸ்டுவர்ட், மில்லர்ட் டே, இட்டிலிடேரியன் ஃபிலாசபி சார்ந்தும் சில புத்தகங்கள் வாசித்ததுண்டு. புத்தகம் கைகளில் கிடைத்தால் படிக்க ஆரம்பித்துவிடுவேன். பின்னிரவு வரை ஆர்வமாகப் படித்ததுண்டு. இப்பொழுதெல்லாம் வாசிப்புப் பழக்கம் குறைந்துவிட்டது.

பசியுடன் இருந்த நாட்கள் உண்டு. தாகத்திற்குத் தண்ணீர் குடிக்காமல் இருந்த நாட்கள் உண்டு. ஆனால் படிக்காமல் இருந்த நாளே இல்லை. எந்த வேலையின் பொருட்டு எங்கு சென்றாலுமே எப்பொழுதும் என்னுடைய கைகளில் புத்தகங்கள் இருக்கும். அப்படி இல்லையேல் நாளிதழையோ வேறேதேனும் இதழையோ வாங்கிக்கொள்வேன். தமிழ், கன்னடம், தெலுங்கு, ஆங்கிலம் என வாங்கிப் படிப்பேன். இலக்கண சுத்தமாகப் படிக்க முடியவில்லை என்றாலும் எல்லாவற்றையும் படிக்க வேண்டும், பரவலாக விஷயங்களைத் தெரிந்துகொள்ள வேண்டும் என்ற ஆர்வம் என்னுள் அணையாமல் இருந்தது. மலையாளம் அந்த அளவிற்குத் தெரியாது. எழுத்தைக் கூட்டிப் படிப்பது மிகவும் சிரமம். என்றாலும் கேரளாவுக்குச் சென்றால் ஒரு நாளிதழை வாங்கிவிடுவேன். இதெல்லாம் ஒரு பித்துப் போலத்தான். வட நாட்டிற்கு வந்து இந்தியையும் வாசிக்கப் பழகினேன்.

தெலுங்கில் ஆழமான தத்துவப் புத்தகங்கள் கூடக் கிடைக்கும். அதையெல்லாம் வாங்கிப் படித்தேன். இந்த வேலையை முழு நேரமாக எடுத்துக்கொண்டதில் இருந்து கவனம் வேறு பக்கம் திரும்பிவிட்டது. ஆரம்பத்தில் நாடகத்திலும் ஈடுபாடு இருந்தது. நடிக்கவும் செய்திருக்கிறேன். நாடகத்தை நெறியாள்கை செய்யவேண்டும் என்ற ஆர்வம் இருந்தது. 2000க்குப் பிறகு தொலைக்காட்சி நாடகங்களெல்லாம் துளிர்விட்ட காலம். நாமும் அதுபோல ஏதாவது செய்யலாம் என்ற எண்ணம் இருந்தது. ஆர்ட் ஃபிலிம் சார்ந்து செல்லலாம் என்று நினைத்தேன். நிறைய நண்பர்கள் அந்தத் துறையில் இருக்கிறார்கள். ஆகவே அவ்வப்பொழுது அந்தத் துறை நம்மை இழுக்கும்.

பத்திரிகையாளனாக இருந்ததால் எழுதவும் செய்வேன். இந்தியன் எக்ஸ்பிரஸ் போன்ற இதழ்களுடன் சேர்ந்து வேலை செய்திருக்கிறேன். சில பத்திகள் எழுதியிருக்கிறேன். அவையெல்லாம் பிரசுரமும் ஆயின. கணினி, மடிக்கணினி எல்லாம் வந்த பிறகு எழுதுவது குறைந்துவிட்டது. ஸ்ரீஸ்ரீ என ஒருவர் இருக்கிறார், பெண்ணியம் சார்ந்து எழுதுபவர்கள் இருக்கிறார்கள், தாப்பி தர்மாராவ் என ஒருவர் இருக்கிறார். இதுதான் என்றில்லாமல், எதெல்லாம் கிடைக்கிறதோ அதையெல்லாம்

படிப்பேன். வானியல், அறிவியல் தொழில்நுட்பம், விண்கலம் சார்ந்தும் படிப்பேன். யு.ஆர்.அனந்தமூர்த்தி போன்ற நவீன படைப்பாளிகளின் எழுத்துகளையும் வாசிப்பேன். தெலுங்கு மொழியில் மட்டும் கொஞ்சம் அதிகம் படிப்பேன். தெலுங்கு பதிப்பாளர் ஒருவர் எனக்கு நிறைய புத்தகங்களை அனுப்பி வைத்து விடுவார்.

கடைசிப் பத்து வருடங்களாக அம்பேத்கர் எழுதிய எல்லாவற்றையும் உரைகளையும் புத்தகங்களாகப் படிக்க ஆரம்பித்துவிட்டேன். இதுதவிர ஏதேனும் நண்பர்கள் சிறந்தவை எனப் பரிந்துரை செய்து கொடுக்கும் புத்தகங்களையும் வாசிப்பேன். உளவியல் படிப்பதில் மிகுந்த ஆர்வம் உண்டு. பெட் பை தி விண்டோ என ஸ்கார்ட் எம் பெக் என்பவர் எழுதியிருக்கிறார். அதை விரும்பி வாசித்ததுண்டு. பக்கத்தில் மண்டியா ஹவுஸ் இருக்கிறது. இலக்கியத்துடன் தொடர்புடைய நிறையப்பேர் அங்கு குழுமுவார்கள். அங்கு இந்தி இலக்கிய நண்பர்களுடன் தொடர்பில் இருப்பதால் அது சார்ந்த பரிச்சயமும் கொஞ்சம் போல உண்டு. அவர்கள் நிறைய நல்ல நல்ல கவிதைகளை அறிமுகம் செய்வார்கள்.

தமிழ்ப் புலவர்கள் பேசும் பட்டிமன்றங்களும் கேட்பேன். அது எனக்கு மிகவும் பிடிக்கும். தமிழ் போல ஒரு மொழியை இது வரையிலும் நான் கேட்டதில்லை. ஒருவருக்கொருவர் மொழியின் துணைகொண்டு அவர்கள் சமர் செய்வதைப் பார்க்க மிக அழகாக இருக்கும். அருவி போல அவர்களுடைய பேச்சு கொட்டும். இப்பொழுது மண்டியா ஹவுசுக்கு அடிக்கடி செல்வதுண்டு. நாட்டிய நிகழ்ச்சி, இசை நிகழ்ச்சி என எதையும் தவறவிட மாட்டேன். கதக், குச்சுபுடி, கதகளி, பரத நாட்டியம் முதற்கொண்டு இந்துஸ்தானி, கர்னாடக சங்கீதம் என எல்லாவற்றையும் மகிழ்வுடன் சென்று பார்ப்பேன்; கேட்பேன். சாலையோரத்தில் நிகழும் கிராமியக் கலைகளையும் அதே நெகிழ்வுடன் பார்ப்பதில் எனக்கு எந்தப் பிரச்சினையும் இல்லை. பிராமணர்களைக் கடுமையாக விமர்சனம் செய்து பேசுவதுண்டு. ஆனால் திறமையாக நடனம் ஆடினாலோ இனிமையாகப் பாடினாலோ மனம்திறந்து பாராட்டுவதுடன் ரசிக்கவும் செய்வேன். எதையும் நாம் தீண்டத்தகாதவை என ஒதுக்கி வைக்கக் கூடாது. எல்லாமும் நமக்குத் தொடர்புடையவைதான். அது கலையாக இருக்கட்டும் அல்லது மனிதராக இருக்கட்டும்.

இயல்பிலேயே பயணத்தில் மிகுந்த ஆர்வம் உடையவன். நிறைய இடங்களை நேரில் சென்று பார்க்க விரும்புவேன்.

மனம் விசாலமடைய இலக்கியம் பெரும் துணை புரிகிறது. கலாச்சாரம் மிக முக்கியம். இவையிரண்டும் இல்லாமல் எந்தச் சமுதாயமும் முன்னேற இயலாது. அதனால்தான் தலித் சமுதாயக் கலாச்சாரத்திற்குத் தேவையான கவனம் கொடுக்காத நிலை இருக்கிறது. பரத நாட்டியம், கதக் போன்ற மரபுக் கலைகளில் துறை சார்ந்து ஆராய்ச்சி செய்ய மத்திய அரசு நல்கைகள் வழங்குகிறது. மண்டியா ஹவுசில்தான் அந்தக் கல்வி நிறுவனம் இருக்கிறது. அவர்களும் விளம்பரம் செய்கிறார்கள். ஆனால் பறை மேளம், தப்பாட்டம் போன்ற விளிம்புநிலைக் கலைகளில் ஆராய்ச்சி செய்ய இது போன்ற நல்கைகள் எதையும் எந்தக் கல்வி நிறுவனமும் அரசுகளும் வழங்குவதில்லை. தலித்துகளின் கலைகளும் கலாச்சாரமும் நிகழ் கலைகளும் சார்ந்த பெருமை நம்மிடம் இல்லை. இதுபோன்ற கலைகளில் தான் தேர்ச்சி பெற்றவன் என்பதைக் கூட வெளியில் சொல்லிக்கொள்ளத் தயங்குவதுடன் உள்ளொடுங்கிக் கொள்கிறார்கள்.

ஒரு கலைத்துறையில் தான் தேர்ச்சி பெற்றவன் என்பதைப் பெருமிதத்துடன் உணரும்போதுதான் மனம் விசாலமடைகிறது. அந்த மகிழ்விலிருந்துதான் உண்மையான புத்தொளி பிறக்கும்.

சுதந்திரம் கிடைத்த இந்தப் பல பத்து ஆண்டுகளில் தலித் கலாச்சாரம், தலித் கலைகளுக்கான எந்த மேம்பாட்டுப் பணியாவது நடந்திருக்கிறதா? ஒருபோதும் அடையாளம் கிடைக்கச் செய்யவே மாட்டார்கள். பரதம், கதக், கதகளி, குச்சுப்புடி போன்றவை ஒரு மாநிலக் கலையாகவும் மாநிலங்களின் அடையாளமாகவும் பார்க்கப்படுகின்றன. தேசிய அங்கீகாரமும் இக்கலைகளுக்குக் கிடைக்கிறது. அதில் எனக்குச் சந்தோஷம்தான். ஆனால் தப்பாட்டம், பறைமேளம் போன்ற கலைகளுக்கு இதுபோல நடக்க வாய்ப்புள்ளதா? தலித் மக்களின் கலாச்சாரத்தையும் கவனம் எடுத்து அடையாளப்படுத்த வேண்டும்.

மேலும் கலைகளில் ஆண்களின் ஆதிக்கம் மிகுதியாக உள்ளது. உண்மையில் சொல்லப் போனால் ஆண்களுக்குச் சந்தோசம் கொடுப்பது போல ஒரு பாவனை உள்ளது. அதை முற்றிலும் அகற்ற வேண்டும். பெண்களைப் பாடவிட்டும் ஆடவிட்டும் ஆண்கள் ரசிப்பது கூடாது. இரு பாலரும் ஆடவும் பாடவும் செய்ய வேண்டும். அதை எல்லோரும் ரசிக்க வேண்டும். கலையைக் கலையாக அணுக வேண்டும்.

**பெமு: கடவுள், மதம் ஆகியவற்றைப் பற்றிய உங்கள் பார்வையும் அபிப்ராயமும் என்ன?**

எனக்குக் கடவுள் நம்பிக்கை உண்டு. ஓர் எல்லை வரையிலும். மரபார்ந்த, கடவுள் பற்றுள்ள குடும்பத்திலிருந்து வந்தவன். பெற்றோர்கள் சிறுவயது முதலே ஜபம் செய்தல், பூஜை செய்தல் சார்ந்து நிறையப் போதித்திருக்கிறார்கள். ஆகவே இயல்பிலேயே கடவுள் பற்றிய எண்ணம் மனதில் இருக்கிறது. சமயத்தில் கடவுள் நம்பிக்கையே ஒரு தடையாக முன்வந்து நிற்கிறது. வாழ்வில் முன்னேற்றமடைய அந்த மரபார்ந்த எண்ணங்கள் அனுமதிப்பதில்லை. அந்த நேரத்தில்தான் கடவுள் சார்ந்த பற்றுதலைக் கொஞ்சம் ஒதுக்கி வைக்க ஆரம்பித்தேன்.

நான் இந்த நாட்டினுடைய குடிமகன். அதன் பிறகுதான் வேறெல்லாம். கடவுளை வழிபட வேண்டுமா இல்லையா என்பது என்னுடைய சுய விருப்பம். அதை வெளியில் கொண்டுவந்து இன்னொருவருக்குச் சொல்ல வேண்டிய அவசியம் எதுவும் இல்லை. எனக்கும் என் போன்றவர்களுக்கும் நடந்த அநீதிகள் எவை என்பதைச் சமூகத்தில் உள்ளவர்களுக்குக் கேட்கும் அளவிற்குச் சொல்ல வேண்டும். ஆகவே இந்த வேலையைக் கைகளில் எடுத்துக்கொண்டேன்.

மதமும் மத நம்பிக்கையும் பொதுவாகவே மக்களை ஒரு கட்டுக்குள் வைக்கும் என்றுதான் நினைக்கிறோம். அப்படி இருக்கவேண்டுமா, இல்லையா எனபது தனிப்பட்டவர் மனநிலை சார்ந்தது. மதம் என்பது ஓர் எல்லைக்குள் கட்டுப்படுத்துவது போலவே இருக்கும். ஓரளவிற்கு அது உண்மையும் கூட. தேவையில்லாதபோது கூட மதம் ஒரு கட்டுக்குள் நம்மை வைத்திருக்கும்போது அதைச் சொல்ல வேண்டியதாக இருக்கிறது.

மக்களைப் பின்னோக்கிச் செலுத்துவதற்கான பாதை யைத்தான் மதங்கள் காட்டுகின்றன. ஒன்று, மதத்தைத் தோற்றுவித்ததின் நோக்கமே மக்களைக் கட்டுக்குள் வைத்துக் கொள்வதாகக் கூட இருக்கலாம். இரண்டாவதாக, மதத்தின் பெயரால் நிகழும் அரசியல் என்னைத் தொந்தரவுக்கு உள்ளாக்கியது. மதம், மனிதர்களுக்கு விடுதலை கொடுப்பது போலத் தெரியவில்லை. ஏனெனில் அடிப்படையிலேயே சமூக விடுதலையை எதிர்பார்க்கும் குடிமகன் நான். எனக்கு விடுதலை எங்கு கிடைக்கிறதோ அங்குதான் நான் செல்வேன்.

மதம், இனம், மொழி, மாநிலம் என எதுவும் தனியாக எனக்குக் கிடையாது. உலகமே எனக்கானதுதான். ஆனால் எனக்கு விடுதலை வேண்டும். வானத்திற்குச் சென்றால் சுதந்திரமாக இருக்கலாம் என்றால் அங்கு செல்வதில் எனக்குப் பிரச்சினையே இல்லை. இந்தச் சூழ்நிலையில் மதத்தை வெறியுடன் பார்ப்பது

எனக்குப் பிடிக்கவில்லை. மதத்தின் பெயரால் பெண்களின் மீது திணிக்கப்படும் அடக்குமுறையும் சகித்துக்கொள்ளக் கூடியதாக இல்லை. சிறு வயதிலிருந்து இதுபோன்ற பாகுபாடுகளின் மீது எனக்கு ஒவ்வாமை இருந்தது. சமூகத்தில் மாற்றங்கள் நிகழ மதங்கள் அனுமதிப்பதில்லை. அது எனக்குப் பிடிக்காத ஒன்றாகத்தான் எப்போதும் இருக்கிறது.

நீங்கள் எதற்கு முக்கியத்துவம் கொடுக்கிறீர்கள் என்பது முக்கியம். நீங்கள் கல்வி அறிவுக்கு முக்கியத்துவம் தருகிறீர்களா, மத வழிபாட்டுக்கு முக்கியத்துவம் தருகிறீர்களா என்பதில்தான் இருக்கிறது. முதலில் கல்வியா மதமா என்ற கேள்வியே சரியில்லை. அடிப்படையில் இந்தக் கேள்வியே தவறு. அது வேறு, இது வேறு. தாய் முக்கியமா தந்தை முக்கியமா என்று சிறு குழந்தையிடம் கேட்டால் அந்தக் குழந்தை எந்தப் பதிலைக் கூறும்.

அடுத்ததாகக் கல்வியானது நமக்கான வழியைக் காட்டுகிறது. கல்வி எப்பொழுதுமே நமக்கு எதிரானதாக இருக்க வாய்ப்பில்லை. நான் மாலை நேர வகுப்புகள் எடுப்பதுண்டு. மத வழிபாட்டுக்கு அவர்களை விடாமல் இங்கு பிடித்துப்போட்டு உட்கார வைத்திருக்கிறாயே என்றெல்லாம் என்னிடம் சிலர் கேட்பார்கள். அவ்வாறான குறுக்கிடல் சரியில்லை என்பதால் அங்கிருந்து நானும் விடுபட்டேன். ஒருவகையில் அது எனக்கு நல்லதாகவே போனது. என்றாலுமே அவர்கள் நமக்கான அடையாளத்தைக் கொடுப்பதில் தவறுவதே இல்லை.

என்னுடைய நோக்கம் வேறாக இருந்தது. கடவுள் இருக்கிறார் என்றால் அதை உன்னுடன் வைத்துக்கொள். கண்ணை மூடி யோசித்தால், 1980களுக்குப் பிறகு மதத்தால் மக்களுக்கு ஏற்பட்ட துயரங்களை நேரடியாகப் பார்த்துவிட்ட பிறகு, மறுபடியும் மறுபடியும் அதையே எடுத்து வைத்துக்கொண்டு அதிகமாகப் பேசுவது சரியல்ல. இன்னொரு புறம் முழுவதுமாக நாத்திகனாக இருக்கவும் நான் பரிந்துரைக்கவில்லை. ஆனால் மத வெறியனாக இருப்பதை என்றுமே கண்டிக்க விரும்புகிறேன். இதற்கெல்லாம் எதிராக நிச்சயமாக நாம் குரலெழுப்ப வேண்டும்.

**பெமு: திருமணம், குடும்ப அமைப்பு ஆகியவை குறித்த உங்களின் பார்வை என்ன?**

குடும்ப அமைப்பானது ஒரு பாதுகாப்பு உணர்வைக் கொடுக்கும். அதில் எந்த மாற்றுக் கருத்தும் இல்லை. திருமணமும் குடும்பமும் ஒரு மனிதனின் தனிப்பட்ட வளர்ச்சியில் முக்கியப் பங்காற்றுகின்றன. மனித வாழ்வில் அது ஒரு பாகம். அது

இல்லாமல் எதுவும் நடக்காது. ஆனால் நீங்கள் செல்லும் லட்சியப் பாதையின் தடத்தை அந்த அமைப்புகள் மாற்றிவிடுகின்றன. ஆகவே அதில் எனக்கு விருப்பம் இல்லாமல் போனது. நம் குடும்பம், நம் பிள்ளைகள், நம் சொத்து என்று யோசிப்பதில் எனக்குக் கொஞ்சம் சிரமம் இருந்தது. சமூக வாழ்வு என்பது ஒரு தனிப்பட்ட குடும்பத்தைக் காட்டிலும் மிகப் பெரியது. அந்த வாழ்க்கையில் நம் மக்கள் இந்த அளவிற்கு பாதிக்கப்படும் பொழுது, அதைப் பற்றி யோசிக்காமல் குடும்பத்தைப் பற்றி யோசிப்பதில் ஒரு சமநிலை இல்லாமல் போனது.

திருமணம் செய்துகொள்ளாமல் இப்படியே இருக்க வேண்டும் என நான் நினைக்கவே இல்லை. எப்படியாக இருக்கிறேனோ அப்படியாகவே வாழ்வு நகர்ந்துவிட்டது. திருமணம் செய்துகொள்ளக் கூடாதென எதற்காக முடிவை எடுத்தீர்கள் என நிறையப் பேர் என்னிடம் கேட்பதுண்டு. திருமணம் செய்துகொள்ளாமல் இருப்பதற்கு முடிவு என ஒன்றும் தேவையில்லை. திருமணம் செய்துகொள்ளத்தான் ஒரு முடிவு வேண்டும். ஆகவே திருமணம் செய்துகொண்டவர்களைத்தான் கேட்க வேண்டும் 'நீங்கள் எதற்காகத் திருமணம் செய்து கொண்டீர்கள்' என்று. என்னிடம் அந்தக் கேள்வியைக் கேட்டால் நான் எப்படிப் பதிலைச் சொல்ல முடியும்?

இன்னொரு விஷயம், நமது வாழ்க்கையில் உண்ண உணவு வேண்டும். தங்குவதற்கு இடம் வேண்டும். இப்போது வரையிலும் இந்தியக் கலாச்சாரத்தில் இப்படித்தான் இருக்கிறது. யாருடைய வீட்டிற்காவது சென்றால் தங்குவதற்கு இடம் கொடுப்பார்கள். அலுவலகத்தில் வசிப்பது கடந்த இருபது, இருபத்தைந்து வருடங்களாகத்தான் ஒரு பழக்கமானது. தனியாக எப்படி ஓர் இடத்தில் வசிப்பது? யாராவது சந்திக்க வந்தால் அவர்களுடன் தங்குவேன். என்னுடைய துணியை நானேதான் துவைத்துக்கொள்வேன். இவ்வாறு இருப்பதால் எதையோ வாழ்வில் இழந்துவிட்டோமோ என்ற உணர்வு இதுவரையிலும் இல்லை. சாப்பாடு, தங்குமிடம் மட்டுமல்ல மனிதனாக இருந்தால் நிறைய ஆசைகள் இருக்கும். கோரிக்கைகள் இருக்கும். அதெல்லாம் கூட இருக்கிறது. எதையும் நான் மறுக்கவில்லை. யாரிடமும் எதையும் மறைக்கத் தேவையில்லை. உண்மையாவே வெளிப்படையாகவே இருக்கலாம்.

ஒரு விஷயம் என்னவென்றால், நம்முடைய மாபெரும் இலக்கானது ஒரு வெறியாக இருக்கும்போது மற்ற எல்லாமும் இரண்டாந்தரமாக ஆகும். சராசரி மனிதனுக்கு இருக்கும்

எந்தவொரு ஆசையும் இல்லையென்று சொல்லமாட்டேன். ஆனால் அவையெல்லாம் இரண்டாம் பட்சம். இந்த தேசத்தில் ஏதோ ஓர் இடத்தில் கைகளால் ஒருவர் மலத்தை அள்ளுகிறார் என்றால் அவர்களைத் தேடி ஓடுவது எனக்கு மிகவும் முக்கியம். அதைத் தவிர வேறெதுவும் எனக்கு முக்கியமாகப் படாது. அவர்களைச் சென்று பார்த்துப் பேசிய பிறகுதான் எனக்குப் பசியெடுக்கும். அதுபோல என்னுடைய வாழ்க்கை இசைவாகிவிட்டது. நான் மட்டும் என்று சொல்லுவதற்கு இல்லை. என்னுடன் சேர்த்து நிறைய பேர் தமது வாழ்வை இதற்காகத் தியாகம் செய்திருக்கிறார்கள்.

என்னைப் பொறுத்த வரையிலும் நான் மிகுந்த அதிர்ஷ்டசாலி. எனக்குத் தேவையான எல்லாமும் கிடைக்கின்றன. என்னைச் சுற்றிலும் அன்பானவர்கள் இருக்கிறார்கள். எனது வாழ்வு எந்த வரையறைக்குள்ளும் இல்லை. நான் சுதந்திரமானவனாகவும் இருக்கிறேன். என் போன்ற விடுதலை விளிம்புநிலைச் சமூகத்தைச் சேர்ந்த அனைவருக்கும் கிடைக்கவேண்டும் என்ற வெறி ஆழமாக என்னுடைய மனத்தில் உள்ளது.

**பெமு: இந்த வாழ்க்கை உங்களுக்குத் திருப்தியாக இருக்கிறதா? வேறு வகையிலான வாழ்வை வாழ்ந்திருக்கலாம் என்று நினைத்ததுண்டா?**

இந்த வாழ்வு எனக்கு மகிழ்ச்சியாக இருக்கிறது. மிகவும் திருப்தியாக உணர்கிறேன். ஒட்டுமொத்த வாழ்வையும் இந்த ஒரு வாழ்க்கையில் வாழ்ந்த திருப்தி இருக்கிறது. சிலர் என்னிடம் கேட்பதுண்டு 'உடல்நிலை சரியில்லாமல் போனால் என்ன செய்வீர்கள்?' என்று. நானும் சொல்வதுண்டு: "அப்படி நேர்ந்தால் எனக்கென்ன கவலை. என்னைப் பார்த்துக் கொள்பவர்களுக்குத்தானே அந்தக் கவலை" என்று.

'தனியாக இருக்கிறீர்களே நீங்கள் செத்துவிட்டால் என்ன செய்வீர்கள்?' என்பார்கள். அப்பொழுதும் எனக்குக் கவலையில்லை. அடுத்த நாளில் வந்து பார்த்தால் உங்களுக்குப் பிரச்சினையில்லை. பத்து நாட்கள் கழித்து வந்தால் அப்பொழுதும் உங்களுக்குத்தான் பிரச்சினை. எல்லா விஷயத்திலும் மக்களுக்குத் தேவையில்லாத கவலைகள் இருக்கின்றன. வாழ்க்கையில் பல கஷ்டங்களைப் பார்த்தவன்தான் நான். வறுமை, பசி, அவமானம், ஏமாற்றம் எனப் பல விஷயங்களைக் கடந்து வந்திருக்கிறேன். அவற்றையெல்லாம் கடந்து வந்த பிறகு இப்பொழுதெல்லாம் எதுவுமே துன்பமாகத் தெரியவில்லை. உடல்நலக் குறைவு ஏதாவது வந்தாலும் கூட எனக்குத் தெரியாது. அப்படியேதான் வாழ்க்கை அதன் போக்கில் நகர்கிறது.

**பெமு: உங்களுடைய அன்றாட வாழ்க்கையில் ஒருநாள் என்பது எப்படிக் கழிகிறது?**

இரவு எத்தனை மணிக்குத் தூங்கச் சென்றாலும் காலையில் 6.15க்கு எழுந்துவிடுவேன். எப்படித்தான் அந்த நேரத்தில் சரியாக விழிப்பு வருகிறது என்றும் சொல்லத் தெரியவில்லை. ஏதேனும் இறுக்கமான மனநிலையில் இருந்தால் அதிகாலை மூன்று அல்லது நான்கு மணிக்கெல்லாம் எழுந்துவிடுவேன். நல்ல மனநிலையில் படுக்கச் சென்றால் சரியாக 6.15க்கு விழித்துக்கொள்வேன். சூரியன் வந்த பிறகு தூங்கிக்கொண்டிருப்பது சரியல்ல என்று சிறுவயதிலிருந்தே என்னுடைய தாயார் கூறுவார். அப்படிப் பழக்கமாகிவிட்டது. ஏதேனும் வேலையிருந்து அதிகாலை மூன்று அல்லது நான்கு மணிக்குத் தூங்கச் சென்றாலும் அதிகாலை 6.15க்கு விழித்துக்கொள்வேன்.

எங்காவது பயணம் செய்ய நேர்கையில் எந்தச் சஞ்சலமும் இல்லாமல் நிம்மதியாகத் தூங்குவேன். படுக்கும் வசதி கூடத் தேவையில்லை. உட்கார்ந்த நிலையிலேயே ஆழ்ந்து தூங்குவேன். உட்கார்ந்த அடுத்த சில நிமிடங்களிலேயே தூங்க ஆரம்பித்துவிடுவேன். பேருந்து, ரயில், விமானம் என்ற பாகுபாடெல்லாம் கிடையாது. சில நேரங்களில் உட்காரக் கூட இடம் கிடைக்காது. நின்றுகொண்டே தூங்கியவாறு பயணப்பட்டிருக்கிறேன். அதெல்லாம் ஒரு பிரச்சினையே இல்லை. களச் செயல்பாடுகளில் இருக்கும்போது தூங்குவதற்கெல்லாம் நேரம் இருக்காது. ஆகவே கிடைக்கும் நேரத்தைப் பயன்படுத்திக்கொள்வேன்.

தூங்கி எழுந்த பிறகு என்னுடைய அன்றாட வேலைகளை நானே முடித்துக்கொள்வேன். காலை 7 மணிக்குப் பிறகு யாரேனும் சந்திக்கப் பிரியப்பட்டால் அவர்களுக்கு நேரம் கொடுப்பேன். அதன் பிறகு 8 மணி போல இரவுச் சாப்பாடு ஏதேனும் மீதம் இருந்தால் அதையே சாப்பிட்டுக்கொள்வேன். டெல்லியில் இருந்தால் இரவு நேரச் சாப்பாடிற்காக யாரேனும் நண்பர்களின் வீட்டிற்குச் செல்வேன். பாஷா, உஷா ராமநாதன் போன்ற நிறைய நண்பர்கள் விருந்தோம்பலுக்கு அழைப்பார்கள். நிறையப் பேருடைய வீட்டிற்கும் சென்றதில்லை. நெருங்கிய நண்பர்களின் வீடுகளுக்கு மட்டும்தான் போவேன். அப்படியே சென்றாலும் எங்கும் இரவு தங்கமாட்டேன். எத்தனை மணியானாலும் அலுவலகத்திற்கு வந்துவிடுவேன்.

இரவு விருந்திற்கு அழைத்தால் அவர்களுக்கு ஒரு தண்டனை இருக்கும். காலை உணவுக்கும் சேர்த்து ஒரு ரொட்டியைப் பார்சல் செய்ய வேண்டி இருக்கும். ஒரே ஒரு ரொட்டி மட்டும் காலை உணவுக்குப் போதுமானது. அதற்குமேல் சாப்பிடமாட்டேன். இரவு விருந்தில் எவ்வளவு வேண்டுமோ சாப்பிட்டுவிட்டு ஒரேயொரு ரொட்டியை மடித்துப் பாக்கெட்டில் வைத்துக்கொண்டு வந்துவிடுவேன். அடுத்த நாள் காலையில் டீயைக் குடித்துவிட்டு எடுத்து வந்த ரொட்டியைச் சாப்பிட்டுப் பசியை ஆற்றிக்கொள்வேன். வாழைப்பழம் வாங்கிவந்து வைத்துக்கொள்வேன். இரவில் நீண்ட நேரம் கண்விழித்து வேலை செய்வதால் பசியெடுக்கும். முழுநாளும் திறந்திருக்கும் கடைகளெல்லாம் இப்போது இருக்கின்றன. ஆகவே பசியெடுக்கும் சமயத்தில் சென்று சாப்பிட்டுகொள்வேன்.

சாப்பிடும் நேரமெல்லாம் தனியாகக் கிடையாது. சந்திக்க யாரேனும் வரும்பொழுது தேநீரும் பிஸ்கட்டும் கிடைக்கும். அதிலேயே பசியாறிவிடுவேன். மதிய சாப்பாடு என்பது எனக்குக் கிடையாது. பயிலரங்கு, கருத்தரங்கு என ஏதேனும் நிகழ்ந்து, அசைவ உணவு ஏதேனும் இருந்தால் விருப்பத்துடன் சென்று சாப்பிடுவேன். அப்படி இல்லையெனில் மதியச் சாப்பாடு எடுக்கவேண்டும் என்ற உணர்வே இருக்காது. இரவில் யாரேனும் கூப்பிட்டால் சென்று வருவேன். இல்லையேல் ஆந்திரா பவன், கர்நாடகா பவன், தமிழ்நாடு பவன், மூர்த்தி மஹால், சரவணபவன் என ஏதேனும் ஓர் உணவகத்திற்குச் சென்று சாப்பிட்டு வருவேன். அங்கிருக்கும் எல்லா ஊழியர்களும் எனக்கு நண்பர்கள்தான். பணம் இருந்தாலும் இல்லாவிட்டாலும் அங்கு சென்று சாப்பிட்டு வருவேன்.

நான் சாப்பிட்டதுக்கு யாருமே ரசீது கொடுக்க மாட்டார்கள். ஏன் எதற்கு என்று தெரியவில்லை. சாப்பிட்ட பிறகு நான் நன்றி எனக் கூறினால் அமைதியாக இருந்துவிடுவார்கள். எப்பொழுது பணம் கொடுக்கிறேனோ அப்பொழுது வாங்கிக்கொள்வார்கள். சாப்பிட்டதுக்கான ரசீதைக் கொடுங்கள் என்று கேட்டால் கொண்டுவந்து கொடுப்பார்கள். இப்பொழுது உங்களிடம் பேசிக்கொண்டிருக்கும் பொழுதுகூட என்னிடம் ஒரு ரூபாயும் கிடையாது. ஒரு ரூபாய் கூட இல்லாமல் நான் மகிழ்வாகச் சுற்றிக்கொண்டிருக்கிறேன். எனக்கு அடுத்த வேளைக்கான பணம் வேண்டுமே என்ற பயம் இல்லை. பணம் இருந்தால்தான் வேலை நடக்கும் என்பது எனக்கில்லை. பணத்தின் மதிப்பைத் தாண்டி நான் வந்துவிட்டேன். பணம் இருந்தாலும் இல்லாமல் போனாலும் எனக்கு ஒன்றுதான்.

என்னுடைய நலத்தைப் பேணுபவர்கள் நிறையப் பேர் இருக்கிறார்கள். ஆகவே அவர்களெல்லாம் குடும்பத்தில் ஒருவனாகவே என்னைக் கருதுகிறார்கள். சக மனிதர்களின் அன்பும் பாசமும் என்னை எப்பொழுதும் கட்டுக்குள் வைத்திருக்கின்றன. இருப்பதே போதும் என்ற மனநிலை அதனால்தான் வந்துவிட்டது. பெற்றோர்களும் என்னை மிகவும் அன்பாகவே பார்த்துக்கொண்டார்கள். வீட்டின் கடைசிக் குழந்தை என்பதால் பாசத்தைக் கொட்டி வளர்த்தார்கள். இப்பொழுதும் கூட அதே அன்பும் அரவணைப்பும் கிடைப்பது மகிழ்ச்சிக்குரிய விஷயம்.

**பெமு: பகல் நேரங்களில் இங்கு அலுவலக வேலைகள் இருக்குமா, வெளி வேலைகள் இருக்குமா?**

இருபதுக்கும் அதிகமான மாநிலங்கள் இருப்பதால் ஒரே நாளில் இரண்டு மாநிலங்களுக்குக் கூடப் பிரயாணப்படுவேன். அதிகாலை இரண்டு மணியிலிருந்து எப்பொழுது வேண்டுமானாலும் எழுந்து தயாராகி விடுவேன். லக்னோ, மும்பை, பெங்களூர், சென்னை, ஹைதராபாத், கொச்சி என பிளைட் பிடிக்க ஓடுவேன். டெல்லியில் உள்ளவர்கள் தூங்கி எழுவதற்குள் நான் வேறெங்கோ மாநிலத்தில் இருப்பேன். லக்னோ, பாட்னாவுக்கெல்லாம் ஆறு மணிக்கு மேல் விமானம் இருக்கிறது. வேலை முடிந்ததும் அடுத்த விமானத்தைப் பிடித்துத் திரும்பிவிடுவேன். எங்கும் தங்குவதில்லை. எங்கும் தேங்கி நிற்பதில்லை. ஆரம்பத்திலெல்லாம் பேருந்து நிலையத்திலோ நிறுத்தத்திலோ தூங்கி எழுந்துவிடுவேன். இரவு நேரத்தில் சாலையின் ஓரத்திலோ பேருந்து நிலையத்திலோ தங்குவது எனக்கு மிகவும் பிடிக்கும். நிறைய விஷயங்களை நாம் அந்த நேரத்தில் பார்க்க முடியும். அவ்வாறு தங்குவது எனக்குப் பிடித்தமானதும் கூட.

நண்பர்களின் பரிந்துரையால் இப்பொழுதெல்லாம் நல்லதொரு விடுதியில் தங்கிக்கொள்கிறேன். அதுகூடத் தேவைப்பட்டால் மட்டும்தான். சென்னையில் பூக்கடை என்று ஒன்றிருக்குமே. அது பேருந்து நிலையமாகத்தான் இருந்தது. இரவு நேரத்தில் அந்த இடம் திருவிழா போலவே இருக்கும். சென்னைக்கு வந்தால் எனக்குக் கவலையே இருக்காது. இரவு முழுவதும் வண்டிகள் ஓடிக்கொண்டே இருக்கும். உத்தரப் பிரதேசம், பீகார் போன்ற மாநிலங்களில் அவ்வாறு இல்லை. ஆகவே இந்த மாநிலங்களுக்குச் சென்று வருவது கொஞ்சம் குறைவாகத்தான் இருக்கும். ஆனால் தமிழ்நாட்டைப் பொறுத்த வரையிலும் அந்தக் கவலையே எனக்கு இருந்ததில்லை. தமிழகம் முழுவதும் வேலை நிமித்தமாகச் சுற்றிவிட்டேன்.

சாதாரண நாட்களில் ஒரு மணிநேரம் அலுவலகத்தில் இருந்துவிட்டு, பின் காலையில் கிளம்பிப் பாட்னாவுக்குச் சென்று அங்கிருக்கும் வேலையை முடித்துக்கொண்டு மீண்டும் இரவு எந்த நேரம் ஆனாலும் இங்கு வந்துவிடுவேன். இறகுப் பந்து போல அங்கும் இங்கும் எனப் பறந்துகொண்டிருப்பேன். சில இடங்களில் பேசுவதற்காகக் கூப்பிடுவார்கள். நம்முடைய குரலும் அங்கு ஒலிக்கட்டுமே என்று நானும் சென்று பேசிவிட்டு வருகிறேன். பத்தில் ஒருவருக்குத்தான் பேச வருவதாகச் சம்மதிக்கிறேன். அப்படியே தேர்ந்தெடுத்து பேசச் சென்றாலும் வாரத்திற்கு ஒன்றோ இரண்டோ கூட்டங்களில் பேசும்படி ஆகிறது. கருத்தரங்கம், பயிலரங்கங்களுக்குச் செல்வதை முற்றிலுமாகத் தவிர்த்துவிடுவேன். நேரம் எடுத்துப் பேசுவதற்குத் தயார்படுத்திக்கொண்டு செல்ல வேண்டும் என்பதுதான் காரணம்.

**பெமு: விரும்பியோ அல்லது விரும்பாமலோ புகழ்பெற்ற ஆளுமையாக நீங்கள் இருக்கிறீர்கள். அதை எப்படி எடுத்துக்கொள்கிறீர்கள்?**

அதை ஏற்றுக்கொள்வதில் கொஞ்சம் வலியும் வேதனையும் இருக்கிறது. முன்பெல்லாம் நான் எங்கு வேண்டுமானாலும் சென்று வருவேன். இப்பொழுதெல்லாம் எங்கு சென்றாலும் யாரோ ஒருவர் நம்மை அடையாளம் கண்டு செல்ஃபி எடுத்துக்கொள்ள வேண்டும் எனக் கேட்கும்போது எனக்குக் கூச்சமாக இருக்கிறது. எனக்கு அதில் கொஞ்சமும் விருப்பம் இல்லை. ஏன்தான் இப்படியெல்லாம் செய்கிறார்கள் என்றுதான் இருக்கும். அவ்வாறு அணுகுபவர்களை மறுத்துவிட்டுச் சென்றால் கர்வமாக இருக்குமே என்று நினைத்துப் புகைப்படம் எடுத்துக்கொள்வேன். ஆனால் மக்களுடன் உரையாடுவதில் எனக்கு அதீத ஆர்வம் உண்டு.

மேலும் அந்த அளவுக்கு அதிகமான புகழ் ஒன்றும் கிடையாது. இப்போது இருக்கும் கொஞ்ச நஞ்சமும் தாங்கும்படியாக இல்லை. இதுபோன்ற புகழும் பிரபலமும் என்னை நெருங்காமல் இருந்தால் இன்னும் சந்தோஷப்படுவேன். என்றாலுமே துப்புரவுப் பணியாளர் மேம்பாடு குறித்து மக்கள் என்னைத் தெரிந்து வைத்திருப்பதால் மகிழ்வாகவே உணர்கிறேன். உண்மையாகவே ஒரு நண்பர் விளிம்புநிலை மனிதர்களுக்காக வேலை செய்கிறார் என்று அவர்கள் தெரிந்து வைத்திருப்பதில் சந்தோசம் என்றுதான் கூறுவேன்.

**பெமு: கருத்துச் சுதந்திரத்தின் முக்கியத்துவம் குறித்து உங்களுடைய கருத்து என்ன?**

ஒரு மனிதனுக்கு உயிரானது எவ்வளவு முக்கியமோ, அதற்கு நிகராக எண்ணத்தையும் உணர்வுகளையும் வெளிப்படுத்தும் கருத்துரிமையும் மிக மிக முக்கியம் என்றே நினைக்கிறேன். மனதில் தோன்றுவதை எந்தத் தடையும் இல்லாமல் வெளிப்படுத்துவது இன்றியமையாத ஒன்று. மனதில் இருப்பதை வெளியில் சொன்னால்தான் நாம் உயிரோடு இருக்கிறோம் என்று அர்த்தம். அந்த உரிமையைத் தடுப்பதும் அடுத்தவர் மீது அதிகாரம் செலுத்துவதும் என்னால் ஜீரணிக்க முடியாத ஒன்று. அவ்வாறான சூழலை என்னால் எதிர்கொள்ளவே முடியாது.

சிலபேர் என்னைப் பேட்டிக் காண வருவார்கள். அலுவலகத்திற்குச் சென்று என்னுடனான உரையாடலை எழுத்தாக்கி எனக்கு அனுப்பி வைக்கிறேன் என்பார்கள். உங்களுடைய சம்மதம் இருந்தால்தான் பிரசுரிப்போம் என்றும் சொல்லுவார்கள். அவர்கள் தங்களுடைய கருத்துச் சுதந்திரத்தைச் சந்தேகிப்பது சரியில்லையோ என்று தோன்றுவதுண்டு. இப்படிச் சொல்வது தவறாகக் கூட இருக்கலாம். ஒரு நாளைக்கு ஒருவரோ இரண்டுபேரோ ஏதேனும் காரணங்களுக்காக என்னைத் தேடி வருவார்கள். அவர்கள் எல்லோரிடமும் இதைத்தான் சொல்லிக்கொண்டிருக்கிறேன்.

'உனக்கு எப்படி எழுத வேண்டும் என்று தோன்றுகிறதோ அப்படி எழுது.'

ஒரு கேள்வியை என்னை நோக்கிக் கேட்கிறீர்கள். அதற்கான பதிலைச் சொல்ல வேண்டியது என்னுடைய கடமை. என்னுடைய பேச்சை எப்படிப் புரிந்துகொள்ள வேண்டும் என்பதை நான் உனக்குச் சொல்ல முடியாது. அந்தச் சுதந்திரம் உனக்கு இருக்க வேண்டும். நீ எப்படி எழுத நினைக்கிறாயோ அப்படியே எழுது. நீ எழுதுவதில் ஏதேனும் நான் சொல்லாதது இருந்தால், அதன் பிறகு அதற்கான பதிலை நான் சொல்லிக்கொள்கிறேன். அதற்கான விளக்கத்தை நான் கொடுக்கிறேன். ஏதேனும் தவறாக எழுதினால் அது உன்னைத்தான் சேருமே ஒழிய என்னைச் சேராது. அடுத்தவர்களின் எழுத்தை, எண்ணத்தை எடிட் செய்வது எனக்குப் பிடிக்காது. ஒரு எழுத்தாளராக, பத்திரிகையாளராக அடிப்படையில் ஒரு விஷயத்தைச் சார்ந்த புரிதல் உங்களுக்கு இருக்க வேண்டும். நான் என்னுடைய இயல்பில் சொல்லிச் செல்லலாம். அதை நீங்கள் உங்கள் இயல்பில் புரிந்துகொள்ளலாம்.

என்னுடைய வாழ்வைப் பற்றி நிறைய பேர் எழுதிவிட்டார்கள். எல்லோரிடமும் அதே வாழ்க்கையைத்தான்

பகிர்ந்துகொண்டிருக்கிறேன். நான் சொல்வதை அப்படியே ஒருவர் எழுதிவிட்டார் என்றால் இன்னொருவர் மீண்டும் எழுத வேண்டிய அவசியமே இல்லை. வேறு விதமாக மக்கள் அதைப் புரிந்துகொள்கிறார்கள் என்றால் எப்படி எடுத்துக்கொள்வது. என்னுடைய வாழ்வை ஒருவர் கேட்டு எழுத முன்வருகிறார் என்றால், அதில் அவருக்குள்ள சுதந்திரம், புரிந்துகொள்ளும் ஆற்றல், விஷயத்தைக் கிரகித்தல் எனப் பலவும் இருக்கின்றன.

உங்கள் எழுத்தை யாரேனும் எடிட் செய்தால் அதில் உங்களுடைய போக்கிலான தன்மை அதில் இருக்காது. என்னைப் பற்றி எழுதுவதன் மூலமாக நீங்கள் என்னை முன்னிறுத்தவில்லை. என்னைப் பற்றிப் புரிந்துகொண்ட, அதை உங்கள் கருத்தாக்கத்தில் வாசகர்களுக்குப் படிக்கக் கொடுக்கிறீர்கள். அந்தக் கட்டுரை உங்களின் பெயரில்தான் வரப்போகிறது. என்னுடைய பெயரில் ஒன்றும் வரப்போவதில்லை. அந்த அளவிற்குக் கருத்துச் சுதந்திரத்தின் மீது பற்றுதல் கொண்டுள்ளேன். அதே நேரத்தில் ஒருவருடைய கருத்துச் சுதந்திரத்தை யாரேனும் பறிப்பதாக நினைத்தால் அங்கேயே எழுந்து நின்று யாருக்கும் பயப்படாமல், எந்தத் தயக்கமும் இன்றி எதிர்த்துக் குரல் கொடுப்பேன்.

**பெமு:** கடைசியாக ஒரு கேள்வி. எழுத்தாளர்களும் கலைஞர்களும் அல்லது அதுபோன்றவர்கள் துப்புரவுப் பணியாளர்கள், விளிம்புநிலை மனிதர்களுக்காகச் செய்ய வேண்டியது என ஏதாவது இருப்பதாக நீங்கள் நினைக்கிறீர்களா?

சில விஷயங்கள் சார்ந்து எனக்கு எதிர்பார்ப்புகள் மிக அதிகம். எழுத்தாளர்களும் கலைஞர்களும்தான் உண்மையில் பேசக்கூடியவர்கள். ஒரு கருத்தை உருவாக்க வேண்டும். மக்களின் குறைகளை எழுதுவதும் பேசுவதும் புனைவதும் மேடையேற்றுவதும் இவர்கள்தான். இது மிகவும் முக்கியமான கடமையும் கூட. அதைச் செய்துகொண்டுதான் இருக்கிறார்கள். எனினும் சில விஷயங்கள் சார்ந்து ஆழமான கவனத்தைச் செலுத்த மாட்டார்கள்.

தாஜ்மஹால் போன்ற அழகியலைப் பற்றியே மறுபடியும் மறுபடியும் பேசக்கூடாது. விளிம்பு நிலை வாழ்க்கையில் எழுதப்படாத பக்கங்கள் நிறையவே இருக்கின்றன. அவர்களுடைய துயரங்களை மக்களுக்குத் தெரியப்படுத்த வேண்டும். அவற்றைப் பற்றியெல்லாம் எழுத வேண்டிய அவசியம் நிறையவே இருக்கிறது.

அவ்வளவு ஏன்? சக வாழ்க்கைத் துணையான பெண்ணின் மன இறுக்கத்தையே ஒரு ஆணால் புரிந்துகொள்ள முடியவில்லையே. ஒரு கலைஞனாகவும் எழுத்தாளனாகவும்

எப்படி அந்த உணர்வுகளை வெளியில் கொண்டு வருவது. நாம் ஒரு விஷயத்தைப் பற்றி மட்டுமே எழுதவில்லை. மனித வாழ்வின் மாண்பையும் மதிப்பீடுகளையும் சமூகத்தின் முன் வைக்கிறோம்.

ஒரு மல்லிகை, மொட்டாக இருக்கும் வரையிலும் தெரியாது. ஆனால் மலர்ந்தால் அதன் வாசம் எல்லோரையும் ஈர்க்கிறதுதானே. அந்த மணம் நம்முடைய மனத்தை இலகுவாக்குகிறதே. அந்த மணத்தின் மூலம் நமக்கு மகிழ்ச்சி கிடைக்கிறது. அந்த மணத்தைத்தான் எழுதும் விஷயத்தில் நாம் கொண்டுவர வேண்டும். அது கண்ணீராக இருக்கலாம். வேதனையாக இருக்கலாம், சந்தோஷமாக இருக்கலாம், எதுவாக வேண்டுமானாலும் இருக்கலாம்.

பிரஞ்சுப் புரட்சி ஒரு துண்டறிக்கையில் இருந்துதான் தொடங்குகிறது. துண்டறிக்கையைப் படித்த மக்கள் புரட்சிப் பாதையில் பயணிக்கத் தொடங்கினார்கள் என்று படித்திருக்கிறேன். ஒரு துண்டறிக்கை வரலாற்றின் முக்கியமான திருப்பத்திற்குக் காரணமாக இருந்திருக்கிறது எனில் எழுத்தாளர்கள் கொஞ்சம் ஆழ்ந்து எழுதினால் மாறாதது என ஒன்றும் இல்லையே. ஒரு மாற்றம் நிகழும் என்ற எதிர்பார்ப்பு இருக்கிறது. இது அவர்களுக்கான எனது விண்ணப்பமும் கோரிக்கையும் கூட. அவர்களின் வாழ்நாள் முழுவதும் உபயோகமாக எழுதிக்கொண்டே இருக்கவேண்டும் என்றும் விரும்புகிறேன்.

காலச்சுவடு பப்ளிகேஷன்ஸ் (பி) லிட்.
Published by Kalachuvadu Publications (Pvt. Ltd.),
669, K.P. Road, Nagercoil 629001, India
Phone: 91-4652-278525
e-mail: publications@kalachuvadu.com

12/2022/S.No.1152, kcp 4062, 18.6 (1) 9ss